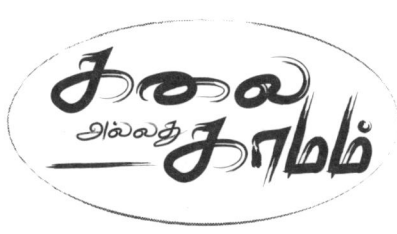

கலை அல்லது காமம்

சீனிவாசன் நடராஜன்

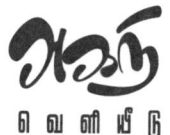

அகநி
வெளியீடு

வெளியீடு : 106
ISBN: 978-93-82810-72-8

- *கலை அல்லது காமம்*
- *கட்டுரைகள்*
- *ஆசிரியர்: சீனிவாசன் நடராஜன்*
- *© சீனிவாசன் நடராஜன்*
- *முதல் பதிப்பு: அக்டோபர் 2020*
- *பக்கங்கள்: 152*
- *அகநி வெளியீடு*
- *விலை ரூ. 120/-*

- Kalai allathu Kamam
- Essays
- by Srinivasan Natarajan
- © Srinivasan Natarajan
- First Edition: October 2020
- Pages: 152
- Published by:

  AKANI VELIYEEDU,
  No: 3, Padasalai street, Ammaiyapattu,
  Vandavasi -604 408,
  Thiruvannamalai Dist.
  Cell : 98426 37637 / 94443 60421
  Email: akaniveliyeedu@gmail.com

அட்டை எழுத்துரு & வடிவமைப்பு: சீனிவாசன் நடராஜன்
உள் ஓவியங்கள்: கார்த்திக்
புத்தக வடிவமைப்பு: கோபு ராசுவேல்
பிழைத்திருத்தம்: கமலாலயன்
ஆசிரியர் நிழற்படம்: பிரபு காளிதாஸ்

எண்பது வயதிலும் எனக்காகவே வாழும் அன்புமிக்க
அப்பாவுக்கு...

சீனிவாசன் நடராஜன் (ஜனவரி, 1972)

ஓவியர், நாவலாசிரியர், புகைப்படக் கலைஞர்

*ராஜமன்னார்குடியில் விவசாயக் குடும்பத்தில் பிறந்தவர். தமிழ்நாடு அரசின் **2007**ஆம் ஆண்டுக்கான கலைமாமணி விருது, தேசிய அளவிலான இரண்டு விருதுகள், மாநில அரசின் விருது என்று பல விருதுகளைப் பெற்றவர்.*

ஆய்வு மாணவராக இவர் வெளியிட்ட ஆய்வுக் கட்டுரைக்கு தேசிய அளவிலும், சர்வதேச அளவிலும், இரண்டு விருதுகளைப் பெற்றிருக்கிறார்.

*இந்திய அளவிலும் உலக அளவிலும் **30** ஆண்டுகளாக பல கண்காட்சிகளை நடத்தி வருகிறார்.*

சைவ சித்தாந்தம் படித்தவர், நுண்கலைக் கல்வி வண்ணக் கலைப்பிரிவில், இளங்கலை, முதுகலைப் பட்டம், மேலாண்மையில் முதுகலைப் பட்டம், ஆய்வியல் நிறைஞர் பட்டமும் பெற்றவர்.

__1991__இல் சென்னை விமான நிலையத்தில் இவரின் முதல் தனிநபர் கண்காட்சி நடந்தது, அதே ஆண்டில் நோட்புக் கவிதைகள் என்ற பெயரில் முதல் கவிதைத் தொகுப்பு வெளியிடப்பட்டது.

தொடர்ந்து தாளடி, விடம்பனம் இரண்டு நாவல்கள், அச்சப்படத் தேவையில்லை, நம்மோடுதான் பேசுகிறார்கள், புனைவு, கனவு விடியும் ஆகிய கட்டுரைத் தொகுதிகளையும் எழுதி வெளியிட்டிருக்கிறார்.

கணையாழி இலக்கிய இதழின் இணை ஆசிரியராக பணியாற்றியவர்.

*தமிழ்நாடு அரசு **2018**ஆம் ஆண்டில் துவங்கிய பள்ளிக்கூட மாணவர்களுக்கான புதிய பாடத்திட்டத்தின் புத்தகங்களுக்கு, வடிவமைப்புக்கான கொள்கைக் குறிப்புகளை எழுதி வடிவமைத்தவர், தலைமை வடிவமைப்பாளராகவும் செயல்பட்டு **60** நாட்களில் **35000** பக்கங்களுக்கு மேல் வடிவமைத்த குழுவின் தலைவராகச் செயல்பட்டார்.*

தமிழ்நாடு அரசு விளையாட்டுப் பல்கலைக்கழகத்தின் சிண்டிகேட் உறுப்பினராகவும் செயல்பட்டவர்.

*தமிழ் இலக்கியத்தில் கவிதைகளுக்கான, **1** லட்சம் ரூபாய் பரிசுத் தொகையுடன் கூடிய கவிஞர் ஆத்மாநாம் விருதை ஆண்டுதோறும் வழங்கும் ஆத்மாநாம் அறக்கட்டளையின் நிறுவனர்.*

மின்னஞ்சல்: arunsriindia369@gmail.com

கவிதை கோரி நிற்குமிடம்

கவிதை பற்றிய பேச்சு எவ்வகையில் தொடங்கப்பட்டாலும் அது நல்லதே. மரபுக்கவிதைகள், புதுக்கவிதைகள், நவீன கவிதைகள் — இவற்றுள் எவை பற்றி வேண்டுமாயினும் ஆகட்டும். அந்தப் பேச்சு முற்று பெறுகிற இடத்தில் ஒரு வால் மீதமாகித் தொக்கி நிற்கும். மலையாள மொழியின் கவிஞர் கே.ஜி.சங்கர பிள்ளையின் "பல்லி வால்" கவிதையை ஒத்த வால் அது. எஞ்சியிருக்கிற பயணப் பாதையில் சென்று அது தன்னை ஒட்டிக் கொள்ளும். பயணம் மீண்டும் தொடரும். முடிவடையா இயக்கம் அது.

கவிதை பற்றிய பேச்சு மிகவும் மோசமாகத் தொடங்கப்படுதலும் நன்மையே. ஏனெனில், அந்தப் பேச்சு, தன் தளத்தில் இல்லாத வேறொன்றைப் பற்றி முதன்முறையாகப் பேசிப் பார்க்கிறது. தமிழில் நவீன கவிதைகளின் பின்பகுதி மிகவும் மூர்க்கமாகப் பேசிப் பார்த்த பகுதி. தாறுமாறாகக் கலைந்தது. கடும் தீமையை எடுத்து உண்ட பகுதி இது.

முன்பகுதியில் கல்யாண்ஜி என்ற வண்ணதாசன் போல மிருதுவாக இருந்தது அது. என் காலத்தில் ஆண்கள், பெண்கள் என பேய்மழையெனக் கொட்டியது அது.

பெருந்தேவி, கவிதையின் வடிவங்களை உடைத்து உடைத்துப் பின் தொடர்கிறார். ஓரடிக்கு முன்பாகக் கவிதையும், ஓரடி பின்னால் பெருந்தேவியும் பாய்ந்து சென்று கொண்டிருக்கின்றனர். இசையும், சபரிநாதனும், போகன் சங்கரும் வேறொரு ரீதியில் சமகாலத்தை அடைகிறார்கள். தேவதச்சன் கண்டடைந்த சமகாலமும்

போகன் சங்கரின் சமகாலமும் ஒன்றல்ல. ஒவ்வொரு கவிக்கும் ஓர் உடையுடுத்தும் பாணி இருக்கிறது. அதைப் போன்றது தான் அந்தக் கவிஞர் அடையும் காலமும்.

தெருக்களில், மேடைகளில், சமூக தளங்களில், அரசியல் மூடர் அரங்குகளில் என ஏராளம் சத்தப் பெருக்கம். அதனிடையே யாரேனுமொருவர் ஒரு கவிதையைப் பாடி விடுகிறார்; அல்லது பேசுகிறார். எந்த சந்தைப் பெருக்கமாயினும் சரி, ஒரு கவிதையின் அசைவு கண்டவுடன் மனம், அதன் நிச்சலனத்திற்குத் திரும்புகிறது. ஒரு மட்டமான பயணம். இங்கு வந்து சேர்ந்திருக்க வேண்டுமா? என் மனம் உதறுகிற வேளையில், யாரோ ஒருவர் மூலமாக தாகூரோ — பாரதியோ நினைவுக்குள் கொண்டு வரப்படுகிறார்கள். அதிலிருந்து அத்தனையும் இன்பமாகிறது. அதுவொரு மாயப்பரப்பு.

தாகூரின் கவிதையொன்றில், ஒரு குளத்தின் மேலே தாமரை இலை படர்ந்து கிடக்கிறது. அதனை மிதக்கும் காட்சி என்று சொல்வதற்கில்லை. குளத்துடன் தொடர்பேதும் இல்லாதவையே நீரில் மிதக்கும். தாமரை குளத்தின் விருப்பம். குளம் தாமரையில் கனவு காண்கிறது. தாமரை குளத்தின் அங்கம். தாகூர் அந்த இலையில் மழைநீர் தேங்கியிருப்பதைக் காண்கிறார். இலையில் மேலே மழை. இலையின் கீழே குளம். தடாகம். மேலிருக்கும் நீர் மழையாகவும், கீழிருக்கும் நீர் குளமாகவும் அவருக்குக் காட்சியாகிறது. காட்சியாதலே, தரிசனம் காணுதல். அவ்வளவுதான். கவிதை எழுந்து பறக்கத் தொடங்குகிறது. இந்தக் கவிதையை மிகவும் மோசமான அரங்கு ஒன்றில், இரண்டு மணி நேர அவதிக்குப் பின்னர், ஒருவர் நினைவூட்டினார். அவரும் சாதாரணமானவரே. அவரின் அகத்தைத் தாக்கி அதனுள் சென்று இந்தக் கவிதை அதுகாறும் வாழ்ந்திருக்கிறது. இவ்வளவு அவஸ்தை தாண்டி, பொறுமையைச் சோதித்த பின் இப்படியொரு பேரின்பமா என திகைத்துத் திரும்பினேன்.

கவிதையை பேசுதலில் உள்ள சுவாரஸ்யமும், திருப்பமும் இதுவே.மிகவும் மேலான ஒரு நிலை நோக்கி அது நம்மைக் கடத்துகிறது.

கவிதை பற்றிய பேச்சில், சுந்தரராமசாமியின் 'ந.பிச்சமூர்த்தி — கலை மரபும் மனித நேயமும்' என்கிற நூல் முக்கியமானது. இங்கே எல்லாருமே கவிஞர்களாக இருக்கிறார்கள் என்கிற அங்கதத்துடன், கவிதை பற்றிய சு.ரா.வின் பேச்சு, அந்த நூலில் தொடங்கும். சிறிய வயதில் வாசித்த நூல் அது. கவிதை பற்றிய பேச்சைத் தொடங்கி பத்து நிமிடம் ஆனதுமே, பேன்ட் பொக்கட்டில் இருந்து," சார், இது என்னுடைய கவிதை" என இன்றைய இளைஞர்கள் உருவி எடுக்கிறார்கள் என்பதாக அந்த நூலில் அவர் குறிப்பிட்டிருப்பார்.

அவர் காலத்தில் அப்படியெனில், இப்போதெல்லாம் கைப்பேசிகளில் காட்டுகிறார்கள். இப்போது சரியாகத் தெரிவதில்லை என்று பதில் சொன்னால் உள் பெட்டிக்கு அனுப்பி வைக்கிறார்கள். உள் பெட்டியில் வரும் தகவல்களைக் கண்கள் கூர்மையாகக் காணும் என நம்புகிறார்கள் போலும். ஆனால், கவிதையை அப்படி ஜேப்பியிலிருந்து உருவி எடுக்கிறவன் முக்கியமானவன். நாம் விழுந்த ஆழ் கிணற்றுக்குள், அடுத்து விழுவதற்காக வந்து வரிசையில் காத்து நிற்பவன் அவன். நம் இனம். எனவே எப்படியிருந்தாலும் நாம் அனுசரணையுடன் நடந்து கொண்டாக வேண்டும்.

கவிதை பற்றிய பேச்சு தொடங்கப்படுதலே முக்கியமானது என ஏன் சொல்கிறேன் எனில், மனிதருக்கு வாய்த்த அனைத்து விதமான நுண்ணுணர்வுக் கலைகளிலும், கவிதை மேலானது. அதன் ஆகப்பெரிய இடம் அதுவே. ஒருவர் தன்னுடைய நுண்ணுணர்வை மட்டும் நம்பி வாசிக்கத் தொடங்கினால் கவிதை அவருக்கு இடமளித்து விடும். நுண்ணுணர்வு பணிதலால் அமைவது. ஆனால் நுண்ணுணர்வு மட்டும்தான் கவிதையா என்று

கேட்டால், அப்படியில்லை என்றே சொல்லிவிடலாம். கவிதை நுண்ணுணர்வுக்கு அதிகம் இணங்குகிறது. மென்னுணர்வு போலவே மூர்க்கமும் ஒரு வகையான நுண்ணுணர்வே. எத்தகைய ஒரு பண்பாட்டிலும் நுண்ணுணர்வு மேலதிகப் பொருளுடையது.

சீனிவாசன் நடராஜன், "கலை அல்லது காமம்" என்கிற அவருடைய இந்தக் கட்டுரைகளில் கவிதை பற்றி அதிகம் பேசுகிறார். பேச முயற்சிக்கிறார். மரபு தொடங்கி, நவீன கவிதைகள் வரையில் ஒரு பேச்சை உருவாக்குகிறார். அந்தப் பேச்சு தொடரப் படுதல் வேண்டும். கவிதை பற்றி, கலைகள் பற்றி ஒரு சமூகம் பேசத் தொடங்குமானால், அது நுண்ணுணர்வுக்குள் அடியெடுத்து வைக்கத் தொடங்குகிறது என்று அர்த்தம்.

நீண்ட நெடிய மரபு கொண்ட தமிழ், இன்று அன்றாடச் செய்திகளை மட்டுமே எடுத்து விவாதிக்கிறது. மறுநாள் அதனை மறதியில் தொலைத்து விட்டு, அடுத்த செய்தியை விவாதிக்கத் தேர்வு செய்கிறது. ஒரு பரபரப்பு அடங்குவதற்குள், மறு பரபரப்பு தேவைப்படுகிறது. கவிதையை, கலையை பேசு பொருளாக்காத எந்த ஒரு சமூகத்திற்கும் இந்த ஊழ் வந்து சேரும். ஓவியம் பற்றியும், கூடவே காரல்மார்க்ஸ் கணபதியின் நாவல் பற்றிய ஒரு பதிவும், ஒரு சினிமா மதிப்புரையும் இதில் இடம் பெற்றிருக்கின்றன. இத்தகைய சூழலில் நின்று சீனிவாசன் நடராஜன் கவிதை பற்றிய ஒரு பேச்சை நிகழ்த்துகிறார்.

கவிதையைப் பொறுத்தவரையில் கவிஞர்களை மறு கண்டுபிடிப்புச் செய்ய வேண்டியது ஒரு முக்கியமான பணி. பாரதி உள்பட பெருங்கவிஞர்கள் பலர் அவ்வாறு மறு கண்டுபிடிப்புச் செய்யப்பட்ட பிறகு கண்டடையப் பட்டவர்களே. கவிதை முதலில் வாசகப்பரப்பில் ஒருவரால் எடுத்துக் கூறப்பட்ட பிறகே அடையாளம் காணப்படுகிறது. எழுத்துக் கலைகளில், சிறுகதைகளோ — நாவல்களோ அவ்வளவாக இந்தப் பணியை கோரி நிற்பதில்லை. முதல்

முறையாகவே அவை அடையாளம் காணப்பட்டு விடுகின்றன. கவிதை கோரி நிற்கும் இந்தப் பணியை ஒரு மொழியில் செய்யத் துணிபவர்கள், கவிஞர்களைப் போன்றே முக்கியமானவர்கள். “கலை அல்லது காமம்”, நூலில் அந்தப் பணி முன்னெடுக்கப்படுகிறது.

சமகாலத்தின் முதன்மையான கவியாகக் கவிஞர் கண்டராதித்தனைக் காண்கிறார் சீனிவாசன் நடராஜன். இந்த நூலிலுள்ள முதன்மையான அவதானிப்புகளுள் இதுவும் ஒன்று. இந்த அவதானிப்பு வெறும் வாசக அனுபவத்தால் மட்டும் இவரால் கண்டடையப்படவில்லை. வாசக அனுபவத்தைப் பெருக்கிக்கொள்ள, மரபு முதற்கொண்டு சமகாலத் தத்துவங்கள், பார்வைகள் அனைத்தும் உதவி செய்கின்றன. லூயி அல்தூஸர், ரோலன் பாத் போன்ற அறிஞர்களின் அறிமுகமும், அவர்களிடம் கற்ற கல்வியும், பார்க்கும் பார்வையை திடப்படுத்தியிருக்கின்றன. மரபின் செல்வாக்கு ஒரு புறம் எனில், ஐரோப்பிய அறிஞர்கள் தத்துவவாதிகளின் சிந்தனைகள் இவருக்கு வலிமை சேர்க்கின்றன.

நன்மை குறித்த தொடக்கம். நன்றே ஆகட்டும். வாழ்த்துகள்.

அன்புடன்,

லக்ஷ்மி மணிவண்ணன்
11.09.2020.

உள்ளே..

1. கலை அல்லது காமம் – 1 — 15
2. கலை அல்லது காமம் – 2 — 25
3. கலை அல்லது காமம் – 3 — 35
4. கலை அல்லது காமம் – 4 — 45
5. கலை அல்லது காமம் – 5 — 57
6. கலை அல்லது காமம் – 6 — 71
7. கலை அல்லது காமம் – 7 — 83
8. கலை அல்லது காமம் – 8 — 95
9. மொழிப் பெரும்பான்மை பண்பாட்டை அழிக்கிறதா? — 100
10. தமிழக ஓவிய மரபு — 111
11. கும்மோணத்து வெத்தலையும் வாசனைச் சுண்ணாம்பும் — 123
12. சென்ற ஆண்டு மெட்ராஸ் வானொலிக்கு – 80 — 140
13. நடிகையர் திலகம் — 146

கலை அல்லது காமம் – 1

சங்க இலக்கியத்தில் ‘கலை’ என்னும் சொல் ‘கல்’ என்னும் விகுதியில் இருந்தே தோன்றியது என்றொரு வாதம் இருக்கிறது. தொல்காப்பியத்தில் ஆண் குரங்கையும், மான் இனத்தின் ஒரு வகையையும் குறிக்க இச்சொல் பயன்படுத்தப்பட்டது. ‘கலைமான்’ என்ற குறிப்பு எட்டுத்தொகையிலும் பத்துப்பாட்டிலும் காணக் கிடைக்கிறது. ‘ஆழமாக’ என்ற அறிவு நிலையை அல்லது பிறர்க்கு எடுத்துரைக்கும் கற்பிக்கும் நிலையைச் சுட்டுவதற்கு, கலை என்ற சொல் உருவாகி இருக்கலாம் என்பது என்னுடைய கருத்து.

சங்க இலக்கியத்தில் ‘கலை’ என்ற சொல் இல்லாமல் போயிற்றா என்ற கேள்விக்கு, உ.வே.சாமிநாத ஐயர் எடுத்துக்காட்டியது போல் புறநானூற்றுப் பாடல் ஒன்றில் ‘அருந்தலை...’

‘அருந்தலை இரும்பாணர்
அகன்மண்டைத் துளையுரிஇ’

என்ற பாடலில் வரும் 'அருந்தலை' என்பதற்கு மாறாக 'அருங்கலை' என்று வருமாறு அமைப்பதை, ஒரு சான்றாகக் கொள்ளலாம்.

சிலப்பதிகாரக் காலத்தில் நமக்கு கலை என்ற சொல் நேரடியாக இன்றைய அர்த்தப்பாட்டில் பயன்படுத்தப் படுவதை நாம் காணலாம். இரண்டாம் நூற்றாண்டு முதல், அறுபத்து நான்கு வகையான கலைகள் என்பதையும் சிலப்பதிகாரமே நமக்கு சுட்டுகிறது.

"பண்ணும் கிளையும் பழித்த தீஞ்சொல்
எண்ணெண் கலையோர் இருபெரு வீதியும்"
என்ற பாடல் சான்று.

சங்க இலக்கியத்தில் உள்ள மூலக்கூறுகளை சிலப்பதிகாரத்தின் காப்பிய அழகுக்கு ஒரு துணை என்பார், வையாபுரிப்பிள்ளை. சங்க இலக்கியங்கள் அல்லது வடமொழி இலக்கியங்கள் இரண்டாம் நூற்றாண்டுக்கு முன் கலைகளைப் பற்றி அதிகம் பேசுகின்றன. குறிப்பாக, எழுத்துக்கலை பற்றியும் பேசுகின்றன. 'கல்' என்பது வேர்ச்சொல் என்று புரிந்து கொள்ளலாம்.

காமசூத்திரம் சொல்லும் கலைகளை ஒன்பதாகப் பிரிக்கிறார்கள். அதில் முதல் வகைப்பாட்டில் ஆறாம் இடத்தில் கவிதை இருக்கிறது. ஆடல், பாடல், இசைக்கருவிகள், வீணை மத்தளம், ஓவியம் என்று அதன் வரிசை சொல்லப்பட்டிருக்கிறது. (காம சூத்திரத்தின் உரையான ஜெயமங்களை) சமண நூல்கள் அனைத்தும் ஆடவருக்கான கலைகளை 72 என்றும் பெண்டிர் கலைகள் 64 என்றும் குறிக்கின்றன.

பெருங்கற்காலம், கற்காலம் தொட்டு மனிதன் தீட்டிய சித்திரங்கள் நமக்குக் காணக் கிடைக்கின்றன.

அவற்றில் பெண் இனப்பெருக்கக் குறியீடுகள், காளை, ஆடல் குறியீடுகள் தீட்டப்பட்டிருப்பதைப் பார்க்கலாம். இவ்வெளிப்பாடுகளை நாம் 'முதல் கலை வெளிப்பாடுகள்' என்று எடுத்துக் கொள்ளலாம்.

ஆழ்மன உணர்ச்சியையும் பகுத்தறிவையும் இணைத்துக்கொண்டு இயற்கையை வழிபடும் வாழ்வைக் கொண்ட தமிழ் மக்களின் கலை வாழ்வில், மொழி குறிப்பிடத்தக்க இடத்தைப் பெற்றிருக்கிறது. கவிதையியல், அதன் தொடர்ச்சி, இன்றைய நிலைப்பாடு என்று நாம் எடுத்துக்கொண்டால் பழந்தமிழ்ப் பாடல்களை விலக்கி வைத்து, தற்கால நடைமுறையை ஆராய்ந்தால், வள்ளலார் துவங்கி பாரதி வழி பயணப்பட வேண்டியிருக்கிறது.

2020-ஆம் ஆண்டில் சாவகாசமாக உட்கார்ந்து கையில் கிடைத்த புத்தகங்களைப் படித்துக் கொண்டிருக்கும் என்னைக் கவிதை சார்ந்து எழுதத் தூண்டிய புத்தகம் ஆர்.ராஜகோபாலன் எழுதிய "கால்நடைக் கவிதைகள்". எருமை, பசு, நாய் என்று தன்னைச் சுற்றிச் சுழலும் உலகில் உலாவும் விலங்குகளை, பறவைகளைப் பாடு பொருளாக்கி கவிதை எழுதியிருக்கிறார்.

புரிதல்

ஒன்று மட்டும் நிச்சயம் புரியவில்லை
சுகமும் வலியும் உடம்பின் பாற்பட்டதா
இல்லை மனதுடன் இயைந்த தொன்றா
நான்கு அழகிய குட்டிகளை வழிநடத்தித் தாய்நாய்

சாலையோரம் மெதுமெதுவாய்ப் போகிறது
எதிரில் தண்ணீர் லாரி, வேகம் தவிர
வேறு அக்கறையின்றி
(சீக்கிரமே போனால் இன்னும்கூட எட்டலாமே என்பதினாலோ)
கடைசியாய்ப் போன சின்னநாய்
தலை நசுங்கித் தூக்கி எறியப்பட்டு
தெருவோரம் ரத்தவெள்ளத்தில்
மற்றவை முகர்ந்து முகர்ந்து பார்க்க
கடுமையான வலி மனதில் மட்டுந்தான்
எனச் சொல்லும்படி
கிழக்கு வானில்
கடல் மேலாய்த் தாழப்பறந்த
வெண்பறவைக் கூட்டம்
இடர்ப்பாடு ஏதுமின்றி
தன் இலக்கிலிருந்து மாறாமல்
சீரான பாதையில்
நம்பிக்கையூட்டும் ஏதோவொன்றால்
மனதிற்கு நிரம்ப சுகமாய்
பின் நமக்கு ஏதும் விபத்தோ நோயோ வரினும்
அந்த வலி உடம்புக்கு மட்டுந்தானா அல்லது
மனதையும் தாக்குமோ
தொடர்வண்டிப் பயணத்தில் சன்னலோர இருக்கை
செக்கர் வானம் மறையும் ஆதவன் குளிர்ந்த காற்றுடன்
இலேசான மழைத்தூறல் பச்சை வயல்வெளியில்

குழந்தைகள் சேரக் கையசைக்கும் குடும்பம்
மனதின் ஓரத்தில் தித்திப்பு கூடிப்போக.

எளிமையான மொழியில் விவரிக்கப்படும் காட்சிகள் பேரதிர்ச்சியைக் கடத்துகின்றன. மொழி, வாசகன் கண்வழியே காட்சியாக மாறுவது ராஜகோபாலன் செய்திருக்கும் மாயாஜாலம். நாடகத்தனம் இல்லாத இயல்பை, ஓர் அன்றாடத்தை கவிஞர் இத்தனை நுட்பமாகக் கையாள முடியுமா என்கிற வியப்பு இக்கவிதைகளைப் படிக்கும் பொழுது என்னுள் எழுகிறது.

"ழ" பத்திரிக்கையின் ஆசிரியர், ஆங்கிலப் பேராசிரியர், ஆர்.ராஜகோபால் எழுதியிருக்கும் கவிதைகள். தற்காலச் சூழலை நுட்பமாக எடுத்துக்காட்டும் "கால்நடை கவிதைகள்" தொகுப்பு தமிழ் மொழிக்குத் தன்னளவில் வளம் சேர்த்திருக்கிறது.

கண்டராதித்தன், சோழப் பெருங்கதைகளில் தோல்வியுற்ற அரசன். நடுநாட்டுப் பிரதேசங்களில் சுற்றித் திரியும் இந்த கண்டராதித்தன், கவிஞன். ஒரு கவிஞன் ஒருபோதும் தன்னைக் கவிஞனாக உணர்வதில்லை. உள்ளும் புறமும் புரண்டு படுக்கும் மொழியை அடக்கி கையாண்டு கயிறு திரித்து கனவு தேசத்தில் காற்றில் பறக்கவிடும் மாய வித்தை தெரிந்த ஜாலக்காரன் என்று உறுதியாக நம்பக்கூடியவன்.

கவிதைகள் யாவும் தன்னுள் விரவிக்கிடக்கும் பழங்கதைகளின் தொன்மைக் கூத்தை மொழிவழி திரித்துத் தந்திருக்கும் கண்டராதித்தனின் இந்தத் தொகுப்பு என் வாசிப்புக்கு மிகவும் பிடித்தமானது.

திருச்சாழல்

நீண்டகால எதிரிகள்
நீண்ட காலம் எதிரிகளாக இருக்க
யாருக்கும் அருகதை கிடையாது
எனவே மறுத்துப்பேசுவோர்
மாற்றுக்கருத்தாளர்கள்
எதிர்ச்சொல்லாடல் கொண்டோர்
பேதலித்து அடிப்போரிடம்
பயம் கொள்ளக்கூடாது
குண்டாந்தடி, மழு
மற்றும் சில்லாக்கோலுடன்
மேலும் பலரும் வரக்கூடும்
அவர்கள் நம் விரோதிகள் அல்லர்
நாம் எதிர்பாராத அதிரூபங்கள்.

இந்தக் கவிதை பேசும் அரூபச் சித்திரம், என்னையும் தன்னுடன் இணைத்துக் கொள்கிறது. கண்டராதித்தனையும் வாசகனுக்குக் காண்பிக்கிறது.

திருச்சாழல்

தவிர நீ யாரிடமும் சொல்லாதே
பணியிடத்தில் உள்ளவன்தான்
என் வெளிர்நீல முன்றானையால் நெற்றியைத்
துடைப்பது போல் அவனைக் காண்பேன்
அதுவல்ல என்துயரம் நாளை ஞாயிறென்றால்

இன்றேயென் முன்றானை நூறுமுறை

நெற்றிக்குப் போவதுதான் என்னேடி

தென்னவன் திரும்பியிருப்பானோ பிள்ளைகள்

வந்ததோ உண்டதோவென ஆயிரம் கவலைகள்

உள்ளதுதான்

வாரத்தில் ஞாயிறென்றால் ஒன்றேதான் காண்

சாழலோ.

இந்தக் கவிதை காட்டும் உலகம் இன்று நேற்றல்ல தொன்மக் கதைகளில், புராணங்களில், இதிகாசத்தில், நாகரீகத்தின் உச்சியில் உணர்வில் வெளிப்பட்ட அமைப்பின் முரண். இத்தனை அழகாக உணர்வை எடுத்துரைக்க ஒரு கவிதை வடிவத்தால் மட்டுமே முடியும் என்பதை வாசகனுக்குப் புரியவைக்கும் கவிதை இது.

நான்கு கட்டு ஓடு வேய்ந்த

ஏகாம்பரம் இல்லாத வீட்டில்

ஏகாம்பரம் ஏகாம்பரம் என்றேன்

ஏகாம்பரம் இல்லாத

வீட்டிலெல்லாம் மூதேவி

உன் கட்டைக்குரல்தான் முட்டுகிறது

கேடு ஏகாம்பரத்திற்கா ஏகாந்தத்திற்கா

என்றது உள்ளிருந்து வந்த குரல்.

இந்தக் கவிதை தொன்மக் கதைகளின் துயரங்களை, அன்றாட அழகியல் அவலங்களை அழகாகப் படம் பிடிக்கிறது.

கண்டராதித்தனின் சங்கிலித்தொடர் எங்கே ஆரம்பிக்கிறது என்றால், முன்னுரையில் ஷங்கர்ராம சுப்ரமணியன் சொன்னதுபோல, நவீனத்தில் இருக்கிறது, அவருடைய மொழியும் பயன்பாடும். நவீனம் தாண்டி தற்கால விளையாட்டுகளில் குறிப்பாக மொழி விளையாட்டில் இந்தத் தொகுப்பு முன் நிற்கிறது என்பது என்னுடைய கருத்து.

பரிபாடல்

"சிறந்தது காதற் காமம்"

என்று 'காமம்' என்ற சொல்லைப் பயன்படுத்துகிறது. காமம் என்ற சொல் வடமொழி என்று வாதிடுவோரும் உண்டு. வள்ளுவர் வடமொழி அறிந்தவரா? என்று கேட்டால், காமத்துப்பால் என்பதை வடமொழி அறிவுடைய ஆசிரியர் இயற்றியிருப்பார் என்றும் சொல்லலாம்தானே.

காமத்தை, காமத்தால், காமத்தான், காமத்திற்கு, காமத்தின் என வள்ளுவன் கையாண்ட காமம் என்ற சொல் அதிகம்.

'இன்பம்' என்ற சொல்லில், இன்பம், இன்பு, இன்பத்துள் என்று மூன்று வடிவங்களையே கையாளுகிறது. 'இன்பம்' என்ற சொல், பல்வகையான இன்பத்தைக் குறிப்பதாகும். ஆனால், 'காமம்' என்னும் சொல் காதல் இன்பத்திற்குப் பொருந்தி வருவது போல, காமம் என்னும் சொல்லுக்கு 'இன்பம்' என்னும் சொல் இணையாவதில்லை. இவ்வாறாக, ஒவ்வொரு சொல்லுக்கும் ஒரு குறிப்பிட்ட பொருள் பொருந்தி வரும். வெவ்வேறு பொருள் குறித்து ஒரே சொல் சுட்டுவதும் உண்டு. கவிதையின் பொருளுக்குப் பொருந்தி வருவதும், தேவையானதுமான

சொல் கொண்ட மொழியும், அதன் வேர்ச்சொல்லும் ஆக இரண்டுமே அவசியம் என்பது என் பார்வை.

இப்படி, கவிதை அல்லது கவிதையியல் மதிப்பீட்டுக்கான அளவுகோல்களுள் ஒன்றாக சொல் அமைகிறது / சொற்கள் அமைகின்றன. கவிதையை வாசிக்கும் வாசகனுக்கு அதில் பயன்படும் சொல் நுட்பமான தாகவும் பலபொருள் தருவதாகவும் இருப்பது, கவிதைக்கான பண்புகளில் ஒன்று என்பது என் எண்ணம்.

இப்படி, ஸ்டாலின் சரவணனின் கவிதைத் தொகுப்பை கையில் எடுத்துப் படித்தால்.... சொல்கிறேன்.

கலை அல்லது காமம் - 2

ஆதிமனிதன் செய்கை மொழியில் இருந்து தன்னை விடுவித்துக் கொண்டு ஒலியை உருவாக்கினான். இருளில், தொலைவில் ஒரு செய்தியைக் கடத்த, அபாயத்தை அறிவிக்க, உணர்வைச் சுட்டிக்காட்ட ஓசை பயன்பட்டிருக்கலாம். ஒலி உணர்ச்சி பயன்பாட்டுக்கும், பிறகு 'மிமிக்' அதாவது 'போலச்செய்தல்' மூலம் திரும்பவும் உருவாக்குவது, அடுத்து அதை சொல் ஆக்குவது என்று ஒலி சொல்லாக உருவாகும் காரணம் அறியலாம்.

எழுதாக் கதைகளை, செவிவழி என்றும் வாய்மொழிக்கதைகள் என்றும் சொல்லியிருக்கிறார்கள். 'சொல்' வாக்கியமாக அமைவதற்கு முன்பே பாடலாக நிறுத்தமில்லாமல் தொடர் ஒலியின் ஏற்ற இறக்கத் தன்மைக்கு ஏற்ப அமைந்து, இன்றும் நடைமுறையில், நாம் நாட்டார் வழக்கில் - நாட்டுப்புறப் பாடலில் கேட்கும், பாடல்களில், கதைகளில் காண்பது, என்றவகையில் எழுதா இலக்கியம்.

மனப்பாடம் செய்வது, உருப் போடுவது என்ற பழக்கம் இன்றும் நம்மிடம் இருப்பது, எழுத்து உருவாவதற்கு முன்பே கருத்தும், பொருளும் அறிய கற்பிக்கப்பட்ட முறையைத் தெளிவாக்குகிறது.

இப்படி, பதிவுக்கு அல்லது அச்சுக்கு முந்தைய காலத்தில் ஒலி, ஒலிக்கும் சொல்லைப் பாடலாக்கிப் பொருள் கொண்டு கருத்து உருவாகி இருக்கிறது என்று எடுத்துக் கொண்டால், இன்றைய நிலைப்பாட்டில் மொழியின் வளர்ச்சி, அதன் சொல்வளம், பிறமொழிப் பயிற்சி, அதன்வழி கருத்து என்றெல்லாம் பார்க்கத் தூண்டும்.

மு.வரதராசனார், ஒரு பாடலை எடுத்துக்காட்டுகிறார். அந்தப் பாடல்...

மரம் மரம்
என்ன மரம்
வாழைமரம்
என்ன வாழை
பூ வாழை
என்ன பூ
தாமரைப்பூ
என்ன தாமரை
வெள்ளைத் தாமரை
என்ன வெள்ளை
பால் வெள்ளை
என்ன பால்
பசும்பால்
என்ன பசு...

என்று சங்கிலித் தொடர் போல் ஓசையைக் கோர்த்து, அதில் சொற்களை இணைத்து, வாய்மொழியாக செவி வழியாக, நாம் கதைகளைப் பாடல் வடிவில் இன்று இருக்கும் தற்கால நிலைப்பாட்டிற்கு மொழியைக் கொண்டு வந்திருக்கிறோம்.

பழங்காலத்தில் மொழி செய்யுளாக இருந்ததன் காரணத்தை இதிலிருந்து புரிந்து கொள்ளலாம். மொழி அழிந்து போகாமல் இருந்ததற்கும் இதுவே காரணம். தொன்ம மரபில் தமிழ் மொழியின் ஆதி - பாடல் அல்லது செய்யுள். 'தமிழ்' எழுத்து வடிவம் பெற்ற பிறகு, நாம் அதனை ஒரு காலத்தில் கண்ணெழுத்து, கோலெழுத்து என்று வைத்திருந்தோம். அவற்றைச் சித்திர எழுத்துக்கள் என்றும் சொல்லலாம்.

இப்படி, சொல் ஆராய்ச்சி, எழுத்து ஆராய்ச்சி என்று போகாமல் நம் சமகாலத்தில் இயங்கும், ஸ்டாலின் சரவணனின் 'ஆரஞ்சு மணக்கும் பசி' குறித்துப் பேசலாம். ஒரு கருத்தை அல்லது செய்தியை வெளிப்படுத்த கவிதை வடிவத்தைத் ஸ்டாலின் சரவணன் தேர்ந்தெடுத்திருக்கிறார்,

எப்போது வேண்டுமானாலும்
நிகழலாம் அந்தப் பிரிவு
என்பதை அறிந்திருந்தும்
வாய் ஓயாமல் சடசடத்து
சிரித்துப் பேசியபடியே இருக்கின்றன
இலைகள் மரத்தோடு

இந்தக் கவிதை ஒரு காட்சியை, எதார்த்தத்தை, எடுத்துக்காட்டி நாட்டு மக்களை நியாயப்படுத்துகிறது.

நுட்பமாக அவர்களை விழிப்படையவும் செய்கிறது. இதையே காதலாக கொண்டால், கொண்டவளை அல்லது கொண்டவனைக் குறித்து, ஊடலைப் பேசுவதாகவும் கொள்ளலாம். இதையே வாழ்வியல் என்று எடுத்துக்கொண்டால் மாற்றத்தை, பகுத்தறிவை வரவேற்கும் கவிஞனின் உள்ளக்கிடக்கை என்றும் பார்க்கலாம்.

இப்படி, இடைவெட்டி உள்நுழைய அனுமதிக்கும் ஸ்டாலினின் வரிகள் அழகு. வேறோர் இடத்தில், நேரடியாகக் காட்சியை வாசகனுக்குக் கடத்தி நிலாவை உருவகமாக வைத்து, அடுக்குகளில் நாம் நிலாவை என்னவாக வேண்டுமானாலும் பொருத்திக்கொள்ள இடம் கொடுத்து கவிதை எழுதிப் பார்க்கிறார்.

ஸ்டாலின், கவிதையின் வழி அல்ல, கவிதையில் சுட்டப்படும் நிலவின் வழி, வேறுவேறு கருத்துருவை, வெவ்வேறு காலகட்டத்தை, நிலக் காட்சிகளை எழுதி, நம்மை முன்னும் பின்னும் நகர்த்தி, கானகம், நகரம் என்ற இரண்டு வெவ்வேறு படிநிலைகளில் மனதைப் பிழியும் சோகத்தை, வலியைத் தருகிறார். அந்த வலி அவரிடமிருந்து நமக்குக் கிடைக்கிறது. அது அவர் அனுபவித்தது.

நிலா பார்த்தல் என்ற கவிதையில்..

வானம் பார்க்க

நடைபாதையில் புணர்ந்து கிடக்கும்

ஒருத்தியின்

மயக்கம் செழித்து

நிலைகுத்திய விழிகளில் அச்சமுற்று

நிலா தன் நடையில்

கொஞ்சம் வேகம் கூடியது

என்று கவிதையை முடிக்கிறார்.

ஸ்டாலின் சரவணன் கவிதைத் தொகுப்பை வைத்துக்கொண்டு கொஞ்சம் தற்கால கவிதை இயல் பற்றி அசை போடலாம்.

மரபு இலக்கியங்களின் வழிநின்று ஆசிரியப்பா, கலிப்பா போன்றவைகளையும், பக்தி இலக்கியத்தில் பதிக முறையையும், யாப்பின் மரபில் கலிங்கத்துப்பரணி, ஐம்பெரும்காப்பியம், ஐங்குறுங் காப்பியம் என்று எல்லாவற்றையும் பிரித்துப் பார்க்கலாம். புதியபோக்கு யாப்பைத் தளர்த்தி, பாரதி எழுதிய வசனகவிதை துவங்கி பாரதிதாசன், பின்னர் வந்தவர்கள் என்று எடுத்துக்கொண்டால், ஓசைநயம் முக்கியத்துவம் பெறுகிறது.

ஐரோப்பாவில் குறிப்பாக இங்கிலாந்தில் நடந்த தொழில் புரட்சி, பிரான்சில் நடந்த பிரெஞ்சுப் புரட்சி, அதைத் தொடர்ந்து எழுத வந்தவர்கள் மரபை உடைத்து புதிய போக்கை உருவாக்கினார்கள்; புதிய சிந்தனையும் பிறந்தது என்று சொல்லலாம்(1789).

1886-ஆம் ஆண்டு பிரெஞ்சு இலக்கியத்தில் தோன்றிய வெர்ஸ் லிப்ரே இயக்கத்தை முன்னோடி நவீனகவிதை இயல் துவக்கமாக எடுத்துக்கொள்ளலாம். 1910-இல் அமெரிக்காவில் 'வால்ட் விட்மன்' வெளியிட்ட தொகுப்பு அங்கு இலக்கணங்களை உடைத்தது.

1912-ஆம் ஆண்டில் எஸ்ரா பவுண்டு முன்வைத்த புதிதாகப் படைத்திடு என்ற கோட்பாடு பெரிதும் கவனத்தை ஈர்த்தது இதனைத்தொடர்ந்து 1922-ஆம் ஆண்டில் வெளிவந்த டி.எஸ்.எலியட்டின் பாழ்நிலம் தொகுப்புதான் இன்றைய போக்கிற்கு மிகப்பெரிய

உந்துசக்தியாக இருந்தது என்று சொல்லலாம். அதன் தொடர்ச்சிதான் இங்கு பாரதி துவங்கி பின்னர் பிச்சமூர்த்தியிலிருந்து புதுவேகம் எடுத்தது என்பது நாம் அறிந்ததே.

1959-ஆம் ஆண்டு 'எழுத்து' இதழ் தொடங்கப்பட்டது. சி.சு.செல்லப்பா இதன் ஆசிரியர். மணிக்கொடி, எழுத்து, கசடதபற, வானம்பாடி போன்ற இதழ்கள் புதுக்கவிதைகளை ஆதரித்தன. க.நா.சு, பிச்சமூர்த்தி, தருமு சிவராம், வைதீஸ்வரன், கு.ப.ராஜகோபாலன், நகுலன், சி.மணி, வைத்தீஸ்வரன், பசுவய்யா, ஞானக்கூத்தன் போன்றவர்கள் தீவிரமாக இந்த வடிவத்தில் இயங்கினார்கள். பெரும்பாலும் பாடுபொருள்களாக அகம் சார்ந்த உணர்வும், இயற்கையும், அரசியலும் கலந்திருந்தன. இதில் ஞானக்கூத்தன் நேரடியான அரசியல் களத்தில் இருந்தார்.

70-களுக்குப் பிறகு 'வானம்பாடிகள்', 'மக்கள் மொழி' என்று களம் இறங்கினார்கள். மக்களின் நிலையாமை பாடுபொருளாகவும், கவிதையின் பிற வடிவத்தில் எளிய மக்களின் அன்றாட பேச்சு வழக்கு சொற்களை பயன்படுத்துவது என்றும், படிமம், குறியீடு என மாற்றங்களை ஸ்வீகரித்துக் கொண்டார்கள்.

தொல்காப்பியர் சொல்லும் வினை, பயன், மெய், உரு என்ற நான்கையும் படிமத்தின் அடிப்படையாக தெ.போ.மீனாட்சி சுந்தரனார் கருதுகிறார். முன்பு நான் எடுத்துக் காட்டியது போல சிற்பக்கலை, ஓவியக்கலையில் பயன்பாட்டில் இருந்த ஒரு சொல் கவிதைக்கு வருகிறது. ஐரோப்பாவில் ஹல்மின்,எஸ்ரா பவுண்ட் போன்றவர்கள் இதை கொண்டாடினார்கள்.

பழந்தமிழர் வாழ்வில் நாம் கண்டது போல் ஓசைக்கு முன் குறியீடு இருந்ததற்கு சான்று உண்டு, இங்கு படிமம் குறியீடாக மாறுவதைக் கவிதையில் பார்க்கலாம்.

திரும்பவும் ஸ்டாலின் சரவணனிடம் வருவோம். இவருடைய தொகுப்பை நேரடியாக வாசிப்பவர்களுக்கு எந்தவிதமான தொந்தரவும் இல்லை. கொஞ்சம் கவிதை இயல் தெரிந்து, சமகாலப் போக்குகளும் தெரிந்திருந்தால் கஷ்டம்தான்.

மரம், இலை என்ற இரண்டும் எதன் படிமம் அல்லது எதன் குறியீடு என்பதைப் பொறுத்து வாசகனுக்குக் கவிதை இன்பம் கிடைக்கும்.நிலா, கூரிய நகங்கள் என்றெல்லாம் ஸ்டாலின் கையாளும் சொற்களின் மௌனத்தை நாம்தான் அனுபவித்து வாசிக்க வேண்டும்.

"ரொட்டிகளை விளைவிப்பவன்" என்ற தொகுப்பில் வரும் ஸ்டாலினின் இந்தக் கவிதை,

பள்ளத்தாக்கில்
ஆதிச் சொல்லைக்
கண்டெடுத்தது
சாம்பல் நிறக் கழுகு
காட்டுப் பன்றி
மூர்க்கமாக
விரட்டும் நேரத்தில்
குழந்தையொன்று
தொழுவத்து சிறுகட்டையில்

தடுக்கி வீழ்ந்து
வாழ்வின் முதற் சொல்லைத்
துப்புகிறது
கழுகின் அலகிலிருந்து
ஆதி சொல்
கழன்று
காட்டின்
ஈர நிலத்தில் விழுகிறது

கவிதையின் பல சொற்கள் நம்முடைய வேர்ச் சொற்களில் இருப்பது தற்செயல். சொற்கள் உருவான காலத்தில் சித்திர எழுத்து வடிவம் என்று நாம் பார்த்தோம். அதில் பன்றியின் பெயர்க்காரணம் கோரைப்பற்கள் என்று நாம் அறிந்ததே. அதுபோல கழுகு தான் 'அ' என்ற முதல் எழுத்தை நமக்குத் தருகிறது.

இப்படி, இந்தக் கவிதை என்னளவில் வெவ்வேறு படிநிலையில் பயணிக்க, மொழியைத் தேட, அதன் அழகில் மயங்க காரணமாய் இருக்கிறது. அந்த வகையில், ஸ்டாலின் சரவணனின் இந்த இரண்டு தொகுப்புகளும் புதிய சொற்களை உள்ளடக்கியவை; எளிமையான காட்சியை விவரிப்பவை. படிமங்களினூடே பயணம் செய்பவை. வெவ்வேறு பகுப்பாய்வுகளுக்கு உட்பட்டவை. வாசிப்பவர்கள் மயங்கிக் கிடக்கும் வகையில், தற்கால அரசியலை, காமத்தை, காதலை உள்ளீடுகளாகப் பொதிந்து வைத்து நயமுடன் எழுதப்பட்டுள்ள தொகுப்புகள்.

இப்படி, கையில் கிடைத்த புத்தகத்தை வைத்துக்கொண்டு படிப்பதும், அதில் தொடங்கி

பின்னோக்கிப் பயணிப்பதும் சுவாரஸ்யமாகத் தான் இருக்கிறது. இந்த சுவாரஸ்யத்தைக் கைவிட மனமில்லாமல் மற்றொரு தொகுப்பைக் கையில் எடுத்திருக்கிறேன். ஸ்டாலின் சரவணனுடைய வற்றைப்போல எளிதாகப் படித்து விடக்கூடிய கவிதைகள் அல்ல, இத்தனைக்காலத் தொடர் செயல்பாடுகளின் வழி பண்பட்ட நாகரீக உணர்ச்சிகளை, திரும்பவும் கொல்லிமலைக் குகைகளில் வாழும் நரமாமிச பட்சிணிகளுக்கு தின்னக் கொடுத்த, கபாலம் வெடிக்காமல் சுற்றிக்கொண்டிருக்கும் 'றாம் சந்தோஷ்' எழுதிய தொகுப்பு அது.

அந்தத் தொகுப்பைப் பற்றி சொல்கிறேன்.

■

கலை அல்லது காமம் - 3

1979-இல் தமிழவன் போன்றவர்கள் 'படிகள்' பத்திரிக்கையை நடத்தினார்கள். 'இலக்கு குழு' நடத்திய கவிதைப் பட்டறை புதிய கவிதைப் போக்குகளுக்கான முதல் முகாம் என்று சொல்லலாம். தொடர்ச்சியாக நமக்கு 'எழுபதுகளில் கலை இலக்கியம்' என்ற முகாமை பூர்ண சந்திரன் போன்றவர்கள் முன்னெடுத்தார்கள். 1985-இல் நடந்த கவிதைப் பட்டறை எல்லோரும் கலந்து கொண்ட, குறிப்பிடத்தக்க கட்டுரைகளைத் தொகுத்த நிகழ்வாக நாம் பார்க்கலாம்.

தமிழில் கவிதைகள் அல்லது கவிதைப் போக்குகள் குறித்துப் பேசும்பொழுது கசடதபற, எழுத்து, கணையாழி என்று இதழ்களை முன்வைத்து ஒரு குழுவை உருவாக்கி கலை கலைக்காக என்று நிறுத்தலாம். அதுபோல வானம்பாடி அமைப்பை கலை மக்களுக்காக என்று பார்க்கலாம். இது தவிர சங்க காலத்திலிருந்து தொடரப்பட்ட மரபின் நீட்சி என்னவாயிற்று என்ற கேள்விக்கு, நாம் கண்ணதாசன் நடத்திய 'கண்ணதாசன்' என்ற இதழையும் அதில்

நா.காமராசன் போன்றவர்கள் எழுதியதையும் சுட்டிக்காட்டலாம்.

கவிஞர் சுரதா நடத்திய 'தேன்மொழி' என்ற இதழும் மரபுக் கவிதைகளை ஆதரித்ததாகச் சொல்லலாம். 'தீபம்' இதழ் வெண்பா போட்டிகளை நடத்தியிருக்கிறது. இங்கே முற்போக்கு எழுத்து என்பதை 'தாமரை' இதழில் தி.க.சி இருந்தபோது முன்னெடுத்திருக்கிறார். அதில், வண்ணநிலவன், வானமாமலை போன்றவர்கள் எழுதி வந்தார்கள். கல்யாணியும் அதில் எழுதியிருக்கிறார்.

திராவிட இயக்கம் முன்னெடுக்கப்பட்ட போது மரபு அல்லது மரபைத் தளர்த்தி அண்ணாதுரை, மு.கருணாநிதி, வேழவேந்தன், புலமைப்பித்தன், நம் எல்லாருக்கும் தெரிந்த மீரா (ராஜேந்திரன் என்ற பெயரில்) எழுதியிருக்கிறார்கள். பாரதிதாசனைப் பின்பற்றி வாணிதாசன் போன்றவர்களும் திராவிட இயக்க எழுத்தாளர்கள் என்று நாம் எடுத்துக் கொள்ளலாம்.

கவிதை முகாம்களில் 1987-இல் துவங்கி மூன்றாண்டுகள் நடந்த குற்றாலம் கவிதைப் பட்டறை குறிப்பிடத்தக்கது. கலாப்பிரியா, பிரம்மராஜன் போன்றவர்கள் நடத்தினார்கள். திரும்பவும் 1993 துவங்கி 2000 வரை 8 முகாம்கள் நடந்திருப்பது குறிப்பிடத்தக்கது.

தமிழ்க் கவிதைப் போக்குகளில் 1990-களில் இருந்து தலித் எழுத்து என்ற வகைமை முன்னெடுக்கப்பட்டது. அதனைத் தொடர்ந்து, பெண்ணியச் செயல்பாடுகள், அதன் வழி எழுத்து என்பதும் முன்னெடுக்கப்படுகிறது. குறிப்பாக கவிதைகளில். 'மன ஓசை', மாணவர்கள் நடத்திய 'தேன்மழை', 'பிரக்ஞை' போன்ற பத்திரிக்கைகள்

எம்.எல் இயக்கம் வழியாக செயல்பாடு உடையவர்களின் கவிதைகளைப் பிரசுரித்திருக்கின்றன. எம்.எல் இயக்கத்தில் இருந்தவர்கள் அவற்றில் கவிதைகள் எழுதியிருக்கிறார்கள்.

1960-களில் இருந்து தொண்ணூறுகள் வரை இரண்டு விதமான சொற்களைக் கவிஞர்கள் கையாண்டு பார்த்திருப்பதை நுணுக்கமாக வாசிப்பவர்கள் கண்டுபிடிக்கலாம். ஒன்று ஹிந்து உயர் ஜாதியினர் பயன்படுத்தும் சொற்கள், மற்றொன்று வேளாண் மரபில் வந்த மக்கள் பயன்படுத்தும் சொற்கள். கவிதைகளின் பாடுபொருள், அழகியல் சார்ந்து இருப்பது, பிரச்சாரம் சார்ந்து இருப்பது என்று இரண்டு பெரும் பிரிவுகளாக பிரித்து நம் சௌகரியத்துக்கு வைத்துக்கொண்டாலும், ஒவ்வொன்றுக்கும் மேலும் பல உட்பிரிவுகளைச் சேர்க்க முடியும். நிலம் சார்ந்து, வாழ்வியல் அனுபவம் சார்ந்து, தொழில் சார்ந்து, அயல்மொழிப் புலமை சார்ந்து நாம் கவிதைகளின் உள்ளடக்கத்தைப் பிரித்துப் பார்க்க முடியும்.

பெண் கவிஞர்கள், குறிப்பாக, புதிய போக்கில் எழுதத் துவங்கியவர்களின் 'எழுத்து' இதழ் வந்த காலத்திலேயே இரா.மீனாட்சியும், திரிசடை என்ற பெயரில் எழுதி வந்தவரும் முன்னோடிகளாக அறியப்படுகிறார்கள். கவிதை உலகில் அதிகம் பேசப்படும் பிரிவுகளில் எஸ்.வி.ஆர், கோவை ஞானி இருவரும் முக்கியமானவர்கள்.

அங்கும் இங்குமாகச் சேகரித்து நினைவில் வைத்திருந்த தகவல்களை அண்ணன் கலாப்ரியாவிடம் ஒப்பிட்டு சரிபார்த்துக் கொண்டேன். விரிவாக எழுத வேண்டிய விஷயங்களைக் கொஞ்சம் கொஞ்சமாக

தேவையான இடங்களில் எழுதலாம் என நினைக்கிறேன்.

தமிழ் மொழி ஓசை, எழுத்து, சொல் என்றெல்லாம் எழுதிவந்த, இதற்கு முந்தைய இரண்டு பதிவுகளின் தொடர்ச்சியாக இன்றைக்கு தமிழ்க் கவிதை உலகில் நிலவிய போக்குகளைக் குறித்து சிறிதளவு சொல்ல முற்பட்டதற்கான காரணம் என் கையில் இருக்கும் இந்தத் தொகுப்பு.

'சொல் வெளித் தவளைகள்'

கவிதைக்கு சொல் பிரதானமானது என்று பார்த்தோம்.

கழிவறைக் கோடுகள்

ஒரு தற்செயல் விபத்தென
அந்தக் கழிவறையை அடைந்த போது
நான் வெகுவாகப் பாதிக்கப்பட்டேன்.
நான்கு திசைகளும் அடைக்கப்பட்ட
அந்த அறைச் சுவர்கள்
வட்டங்களும் கோடுகளுமாய்...
புணர்ச்சியைப் போதித்தன.
வெறியூட்டப்பட்ட நாய்களைப் போல
முடுக்கிவிடப்பட்ட நினைவுகளுக்கு
மத்தியில்
அங்குமிங்கும் தாவும்
இருகண் தவளைகள்.

அன்றிலிருந்துதான் நானும்
போகத் தொடங்கினேன்
அதே கழிவறைக்கு வாடிக்கையாய்.

“கழிவறைக் கோடுகள்” என்ற தலைப்பு 1960 -களுக்குப் பிறகு, ஏறக்குறைய திறந்தவெளிக் கழிவறைகளைப் பயன்படுத்தும் போக்கு குறைந்து போய்விட்ட நாளில், பலரும் மூடிய அல்லது அடைபட்ட கழிவறைகளைப் பயன்படுத்தத் துவங்கிய காலத்தைக் குறிப்பதாக எடுத்துக்கொண்டு இந்தக் கவிதையைப் படித்தால் வேறோர் இடத்திற்கு நம்மை அது நகர்த்தும்.

பாலியல் வேட்கை இயல்பாய் இருந்த சமூகத்தில் அல்லது மனித இனப்பெருக்கத் தேடலை மூடி மறைத்துக்கொண்டு செயல்படும் நாகரீகத்தின் பெயரால் கட்டுண்ட சமூகம் ‘நாம் சந்தோஷ்’ காலத்தில் பல்வேறு அழுத்தங்களுக்கு உட்படுத்தப்பட்டு வடிகாலற்றுப் போய்விட்ட நிலையை, ஓர் ஆண் பால் பார்வையிலிருந்து எழுதப்பட்டதாகவும் எடுத்துக்கொள்ளலாம்.

இங்கு, உயர்சாதி மக்களால் பயன்படுத்தப்பட்டு வந்த கழிவறைகள், பெரும்பான்மை மக்கள் பயன்பாட்டுக்கு வந்ததை சூழலியலாளர்கள் எப்படிப் பார்க்கிறார்கள் என்பதைப் போன்ற சித்திரமே, பாலியல் அல்லது குடும்ப அமைப்பு போன்றவற்றில் மறு சிந்தனைக்குத் தூண்டுகிறது என்றும் ஆழம் கொண்டு இக்கவிதையை வாசிக்கலாம்.

மேற்சொன்ன கவிதையிலிருந்து தொழில், முதலீடு, முதலாளித்துவக் கொள்கை, அதன் உப விளைவு

அதிலிருந்து பெறப்பட்ட குடும்ப அமைப்பு என்றெல்லாம் பேசிப் பார்த்தால் நாம் சாதிய கட்டுமானத்திற்குள் நிற்பது புரியும். குடும்பம் துறக்க காதல், சாதியற்ற காதல், சடங்குகள் அற்ற வாழ்க்கை, இயற்கையோடு இயைந்த உணர்ச்சி, உணர்ச்சிக்கு நாம் தரும் மதிப்பு அதை நாகரிகமாக்கல் என்றெல்லாம் கூட சிந்திக்க இந்தக் கவிதை வழி வகுக்கிறது.

'றாம் சந்தோஷ்' எழுதிய கவிதைகளை இப்படித்தான் நீங்கள் படிக்க வேண்டும் என்று சொல்லிவிட முடியாது. வாசகனின் அறிவின் உயரத்திற்கு மொழி தன்னை ஒப்புக்கொடுக்கும்.

மார்க்ஸ் வளர்க்காத பூனை

ஒரு டாக்கிங் டாமை கூட வளர்க்காத நீங்கள்

எத்தனை கொடூரமானவர்கள்.

ப்ராணிகள் மீதான விருப்பமில்லாத உங்களுக்கு

அதன் அடிமைத்தனம் குறித்து
விழிப்புணர்விருப்பதில்லை

உண்மையில் ஒரு டாக்கிங் டாம்

உச்சாவந்தாலும் கூட

பாத்ரூமில் மட்டுமே போகும்

அதுவரையிலும் குறிபொத்தி அவஸ்திக்கும்
சுகாதாரமானது

மிகவும் வித்தியாசமான அது -

உடையிட்டுக் கொண்டே குளிக்கும்

அடித்தால் நோ நோ சொல்லும்.

கேளாமல் அடித்தால் தொப்பென்று விழும்.

மீண்டும் அடி வாங்கும்.

(நீங்கள் சில நேரங்களில் அதற்குத் தடவியும் கொடுக்கலாம்)

முக்கியமாய் அது பெரிய சைஸ் குச்சி மிட்டாய் சாப்பிடும்.

அதனால்தான் சொல்கிறேன் எத்தனை நல்லது ஒரு டாக்கிங் டாம்.

கவிதையானது மிக அழகாக, அடிமைப்பட்டுக் கிடக்கும் உயிரிகளைப் பற்றியது. உயிரிகள் என்றால்? ஒரு கட்டத்தில் வளர்ப்புப் பிராணி கூட வெகுண்டெழும். மனிதன் அதற்கும் அருகதையற்றவன் என்ற பொருள்பட எழுதப்பட்டிருக்கிறது. ஒரு செயலியின் தொடு திரையில் தோன்றும் உருவம் கொண்டு உவமை காட்டப்பட்டிருக்கிறது.

காட்டப்பட்ட அறிவியலில் மகிழ்ந்து கிடக்கும் சமூகத்தின் அவல நிலையை வெளிப்படையாக்குகிறது. பிரான்ஸில் ரோகோகோ காலத்து நிகழ்வை ஒத்த நம் நாட்டின் நிலையை கண்ணாடியாய்ப் பிரதிபலிக்கிறது இந்தக் கவிதை. கலாச்சாரம், மொழியின் வெளிப்பாட்டு சுதந்திரம், ஜனநாயகம், உரிமை, எல்லாம் பறிக்கப்பட்ட நிலையிலும்கூட நாம் தொடு திரையில் மகிழ்ந்து கிடக்கிறோம் என்பதைச் சுட்டுகிறது. எல்லாருக்கும் தெரிந்த சுவரொட்டி வாசகம் ஒன்று உண்டு,

நாம் அறிந்த உண்மை

'தூக்கிப் போட்டாலும் மிதப்பேன்'
என்ற கூற்றைப் பல நாட்களாய்க் கேட்கவில்லை.

திடீரென

கட்டுமரம் மிதக்கத் தொடங்குகிறது

கட்டுமரம் மிதக்கத் தொடங்குகிறது கரையேறும் நினைப்பில்.

"நாம் அறிந்த உண்மை" கவிதை பேசக்கூடிய மொழி, வழக்கிலிருந்து, வழக்கை விடுவித்து வேறோர் இயல்பில் பொருத்தி இயல்பை நாடகமாக்கி நாடகத்தை நிகழ்த்த எத்தனிக்கும் தருணத்தில், மேடை சரிந்தால் அல்லது நூல் அறுந்து போனால், மேலிருக்கும் வெளிச்சம் இருண்டுபோனால், பார்வையாளன் அதையே நாடகம் என நம்பி கரகோஷம் எழுப்பினால் எப்படி இருக்குமோ அப்படி என்று, பேசும் பொருளை பேசாத்தொனியில் பேசுவதாய் எனக்குப்படுகிறது.

றாம் சந்தோஷின் கவிதைத் தொகுப்பு கைதேர்ந்த சர்க்கஸ்காரனைப் போல் எல்லாவிதமான மொழிப் பயன்பாட்டையும் விளையாடிப் பார்த்திருக்கிறது. ஒன்று... மொழியை செய்நேர்த்தியுடன் கையாளத் தெரிந்திருப்பது. இரண்டு... செய்நேர்த்தியில் மயங்கி அதன் உச்சத்தில் திளைத்த பலருடைய வழியில் பயணிப்பது. மூன்று... குறிப்பிட்ட கொள்கை கொண்டு பிரச்சாரிக்காமல் பலதும் பேசி பலவகையில் ஒரு நிலைப்பாட்டை அல்லது மையத்தைச் சுட்டிக்காட்டாமல் தப்பிக்கும் யுக்தி. நான்கு... தன் அடையாளம் மறைக்க பாடாய்ப் பட்டு, சில சொற்கள் வழியே கலப்பு மொழிப் பிரயோகம் வழியாக கலை, காமம், பிரச்சாரம் மூன்றையும் இணைத்து பகடி செய்து தன்னுடைய கொள்கை சார்ந்த வாழ்வைத் தூக்கிப் பிடிப்பது. ஐந்து... கற்பனை கலை இரண்டையும் வாசகன் எளிதில்

கண்டறியமுடியாமல் மொழி அழகியலில் மூழ்கி விடாமல் பார்த்துக்கொள்வது. மரபிலிருந்து கையை உதறி வேறொன்றைப் பற்றிக்கொண்ட கவிஞரின் முன்னோடிகள் தயார் செய்து வைத்திருக்கும் மைதானத்தில், வித்தைகளை சுலபமாகச் செய்துகாட்டப் பழக்கப்பட்டுவிட்ட கவிஞரின் பேனா அல்லது உள்ளீட்டுப் பலகை - விசை, எழுபது ஆண்டுகளுக்கும் மேலாகக் கடைப்பிடிக்கப்பட்டு வரும் மரபை கையை உதறி வேறொரு மை நிரப்பி அல்லது குரல் நிரப்பி, எழுதத் தயங்குவதேன்?

இப்படி, சொல்லிக்கொண்டே போகலாம். எல்லாவற்றையும் மீறி இந்தத் தொகுப்பு தற்கால வாசிப்புக்கு மிகுந்த நெருக்கத்தையும், வசீகரத்தையும் தன்னுள்ளே கொண்டிருக்கிறது. சற்று தளர்ந்த மனதுடன் சுதந்திரமான சிந்தனையுடன், புதிய தற்கால மொழியை இறுக்கமாகக் கையாண்டால், நாம் சந்தோஷத் தொடரும் வாசகனுக்கு ஆச்சரியம் காத்திருக்கிறது.

இந்தப் பதிவை எழுதிப் பார்த்தபிறகு எனக்கு வேறு ஒரு புத்தகம் பற்றி எழுத வேண்டும் எனத் தோன்றியது.

‘மயிர் வெட்டி’

சாமான்யன் எழுதியிருக்கும் மூன்றாவது தொகுப்பு குறித்து சொல்லுகிறேன்.

■

கலை அல்லது காமம் - 4

"தலையின் இழிந்த மயிரனையர் மாந்தர்
நிலையின் இழிந்தக் கடை."

- குறள்

"ஆய்மலர் வேய்ந்த இரும்பல் கூந்தல் இருள்மறை ஒளித்தே"

- அகநானூறு (மணிமிடை பவளம்)

தலைவன் காதலோடு நெருங்கி வரும்போது நாணத்துடன் முகத்தை, ஆம்பல் மலர் சூடிய கூந்தலில் மறைப்பதை எடுத்துரைக்கின்றன, இந்த வரிகள்.

"கவிதைகளில் இலக்கணம் தேவையா?" என்ற கேள்விக்கு, "மொழிக்கு?" என்று கேள்வியை மாற்றினால், மொழியைக் கையாள இலக்கணம் தெரிந்திருக்க வேண்டிய அவசியம் இருக்கிறது என்பது, என்னுடைய பதில்.

கவிதைகளில் கையாளப்படும் உவமையும் உருவகமும் தெரிந்திருக்க வேண்டும். உவமையை இரண்டாகப் பிரித்து அறிந்து கொள்ளலாம். ஒன்று

உவமானம் மற்றொன்று உவமேயம். அதாவது எடுத்துக்காட்டப்படும் பொருள்; அதற்கு இணையாகக் காட்டப்படும் பொருள்.

'மயிர்' என்ற சொல் எதற்கு எடுத்துக்காட்டப்படுகிறது என்பதைக் கொண்டு, அதன் பொருள், கையாளப் பட்டிருக்கும் அரசியல், சொல்லப்பட்டிருக்கும் கவிநயம் எல்லாம் வாசகனுக்கு போய்ச்சேரும்.

உவமை, உருவகம், குறியீடு இம்மூன்றையும் பிரிவுகளாகக் கொண்டால், பயன், வடிவம், வினை, நிறம் என்று உப பிரிவுகளைப் பெறலாம். 'உவமை' காட்சியைக் கருத்தாக மாற்றும் வல்லமை பெற்றது. உவமை இரண்டு வெவ்வேறு பொருட்களை இணைத்து வெவ்வேறாகவே காட்டும் பண்புடையது.

'உருவகம்' இரண்டு வெவ்வேறு பொருட்களைக் காட்டி இரண்டையும் ஒன்றாக்கிவிடும் பண்பைக் கொண்டது. உவமை எளிமையானது, உருவகம் ஆழமானது. இதனைக் கையாளப் பயிற்சி வேண்டும்.

கவிதைகளில் கவிஞர்கள் பெரிதும் உவமையைக் காட்சிப்பொருளாகப் பயன்படுத்துவதும், உருவகத்தை ஆசிரியருக்கான உணர்வுகளைக் காட்சிகளாக, (உருவாக்கி அல்லது காண்பிக்க) பிரத்தியேகமாக ஒரு கருத்தை உருவாக்கப் பயன்படுத்துவார்கள் என்றும் எடுத்துக்கொள்ளலாம்.

லிக்விடிடி(liquidity) என்ற ஆங்கிலச் சொல், பயன்படும் இடத்திற்குத் தக்க தன்னை உருவகிக்கிறது. பொருளாதாரத்தில் பணப்புழக்கத்தை, கணினித் துறையில் தொடுதிரை அனுபவத்தை, இப்படி உவமை உருவகமாக ஆகும்போது, படைப்பாளனுக்கும் வாசகனுக்கும் ஒத்த அனுபவம் தேவைப்படுகிறது. இதையே 'பிரத்தியேகமான' என்று சொல்லலாம்.

ஒப்புமைகள், அறிவைத் தூண்ட அல்லது விளங்கிக் கொள்ளப் பயன்படும். உணர்வைக் கடத்தாது அல்லது உணர்வுக்கு வகை செய்யாது. "கவிதையில் உயிர் இருக்கிறதா?" என்ற சொல்லாடலை நாம் கேட்டிருப்போம். இங்கு உவமை, உருவகம், ஒப்புமைகள் என பிரித்து ஆராய்ந்தால், நம் கேள்விக்குப் பதில் கிடைத்து விட வாய்ப்பிருக்கிறது.

வள்ளுவர் தந்த 'மயிர்' பற்றி பார்த்தோம். இங்கு உவமை, உருவகம், அறிவைத் தூண்டும் ஒப்புமைகளாக இல்லாமல், உணர்வைத் தூண்டும் அல்லது உணர்வைக் கடத்தி, அதில் வாசிப்பவர்களுக்கு உணர்வெழுச்சியை ஏற்படுத்துகிறது. அதில் கவிதை நயமும் இருக்கிறது. இவ்வாறான இலக்கணத்தைப் பின்பற்றவும் மறுக்கவும் கவிஞனுக்கு உரிமை உண்டு. மொழியில் புதியன செய்துபார்க்க, "இலக்கணம் தெரிந்தே இலக்கணத்தை மீற முடியும்" என்பது என் எண்ணம்.

உவமை, உருவகம் இரண்டும் கவிதையின் அகப்பொருளாக இருந்து, புறத்தில் அலங்காரமாய்த் தோற்றம் தந்தால், அது ஒரு 'வகைப்பாடு'. மாறாக, கவிதைக்குப் புறத்தே இருக்குமானால், அதை 'ரசனை கெட்ட ரசனை' என்று கொள்ளலாம்.

உணர்ச்சி, ஓசை நயம், அணிச்சிறப்பு, யாப்பமைதி, கற்பனை ஆகியன கவிதைக்கு முக்கியம் என்று சொன்னால், 'கற்பனை' பற்றிப் பார்க்கலாம்.

ஐம்புலன்கள் வழியே கிடைக்கும் அனுபவத்தை, அறிவு, புலனுணர்வு என்றும் கருத்தின் வழி கிடைக்கும் அறிவை, பொருளை, கருத்துப் பொருளுணர்வு என்றும் பிரித்துப் பார்க்கலாம். 'கற்பனையாற்றல்' என்பதை கருத்தால் அடைந்த

கலை அல்லது காமம் 47

அறிவின் உச்சம் என்றும் நம்மளவில் வைத்துக்கொள்ளலாம். மெய்மை என்பதன் எதிர்ப்பதம் என்றும் எடுத்துக்கொள்ளலாம்.

இல்பொருள், மனநிலை, எண்ண ஆற்றல் ஆகியன கவிதையில் கற்பனையைக் கலக்க வழிவகுக்கும் என்றாலும், இயற்கையை, வாழ்வியலை, நிதானித்து அனுபவித்து கற்பிதமாக எழுதுவதும் கவிதைக்குக் கற்பனையைச் சேர்க்கும். இவற்றால் அடையாளம் காண இயலாத கற்பனைகளை நாம் 'அதீதக் கற்பனைகள்' என்றும் வகைப்படுத்தலாம்.

அலங்காரமான சொல்லாடல் அதீதக் கற்பனையால் மேலும் அலங்காரமாகும். புலன்வழி பெற்ற அனுபவங்கள் கவிதையின் மூலச் சொற்கள் என்றால், இவற்றைப் 'புலப்பாடுகள்' என்ற சொல்லால் குறிக்கலாம். இந்தப் பண்புகளைக் கவிதையில் 'கருத்து' என்று எடுத்துக்கொள்ளலாம்.

உவமை, உருவகம், குறியீடு இம்மூன்றும் 'படிமம்' என்ற சொல்லில் அடங்கும். படிமங்களை உருவாக்கும் அல்லது படைக்கும் செயலை 'கற்பனை' என்று குறிப்பிடலாம். ஒரு கருத்தைச் சொல்ல கருவி தேவை. மொழியில், படிமம் அந்தக் கருவியாகும். புற உலக அனுபவங்களில் இருந்தும் கருத்து உருவாகிறது.

அனுபவம், கருத்து இவ்விரண்டும் படிமமாக புற உலகிலிருந்தும் ஐம்புலன்கள் வழியாகவும் கிடைக்கும். அனுபவம், சிந்தனை, உள்ளுணர்வு இம்மூன்றிலிருந்தும் கிடைக்கும் புலப்பாடுகளை சொற்களின் வழி வடித்தெடுக்கும் முயற்சியின் கருவியே படிமம். அவ்வாறான படிமங்களை ஆக்கப் பயன்படுவது 'கற்பனை' என்று எடுத்துக்கொள்ளலாம்.

இத்தனை சுருக்கமாகப் பேசக்கூடிய விஷயம் அல்ல என்றாலும், இங்கு 'மயிர் வெட்டி' கவிதைத் தொகுப்பைப் பேசுவதற்கு முன் இதையெல்லாம் பேச வேண்டியிருக்கிறது.

தந்திரங்கள் நிறைந்தவளின் கபர்தா

"ஒரு கடலை அள்ளி முடிச்சிடுகிற பெண்ணைத் தூர ஒளியில் கண்டேன்

அலவன் கடந்த மறுகு பொலிவற்ற சுவடோடிருக்கிறது

அவள் அங்கேதான் உதிர்த்த ஒரு தூவி அலையைத் தேடுகிறாள்

கற்றைக் கடலில் ஒற்றை அலையை

தவறவிடுவது ஒரு தந்திரம்

தந்திரங்கள் நிறைந்தவளின் கபர்தா(கூந்தல்)

அல் கருப்பு

அவளின் விலோதமோ காற்றில் அலையாடுகிறது

அந்த அலை என் காலைப் பிராண்டிப் பிராண்டித் தூக்கச் சொல்கிறது

மோவாய் மேலிட எகினமென எக்கி நேசிப்பதை

அவள் காணும்முன் ஏந்திக்கொண்டு குடிலமர்ந்து

புத்தகத்தின் ஒரு பக்கவரிகளின் மசியினுள் மறைத்தயர்ந்தேன்

சங்ககால எழுத்துச்சாரியைப் போல் அரு உருவொன்று

மூங்கில் கூழில் தேசிகமாய் புலனாகிறது சாம்பல் புலரியில்

கலை அல்லது காமம்   49

ஆர்விழியால் அற்றம் நோக்க இறும்பூதியுற்றேன்
வளைந்து நெளிந்த அவளுரு அலை
ஒரு நாகுவாய் ஜனித்திருந்தது அச்சமயம்."

ஒரு கவிதையில் ஊடும் பாவுமாக வழக்குச் சொல்லையும் வழக்கொழிந்த அல்லது மொழியின் வளம்மிக்க சொற்களையும் பயன்படுத்துவது சொற்களை மீட்டெடுப்பதற்குச் சமம். இந்தக் கவிதை, காதல் மிகுந்து தற்காலப் பெண்கள் தலை சீவி முடித்தபிறகு, முன்நெற்றியில் கற்றையாய் முடியை இழுத்து விடும் தந்திரத்தை, காதலைப் பேசுவதாக எடுத்துக்கொள்ளலாம்.

நண்டு, நாய், பாதை அல்லது தெரு, பெண்களின் மயிர், மறைக்கத்தக்க, வியப்பு, பெண் மீன் போன்ற அர்த்தம் தொனிக்கும் பழந்தமிழ்ச் சொற்களைப் பயன்படுத்தி எழுதப்பட்டிருப்பது வரவேற்கத்தக்கது. இதில் ஓசை நயம் இருக்கிறதா என்ற கேள்வியையும் எழுப்புகிறது. கூடவே பொருள் நயமும் பார்க்க வேண்டும்.

ஒரு முயற்சியாக இதை நான் வரவேற்றாலும், முழுவதும் பழந்தமிழ்ச் சொற்கள் பயன்படுத்தப் பட்டிருந்தால், அதன் ஓசை நயம் வேறாக அமைந்திருக்கும்.

"ஆய்மலர் வேய்ந்த இரும்பல் கூந்தல் இருள்மறை ஒளித்தே" -அகநானூறு (மணிமிடை பவளம்)

மேலே நான் எடுத்துக்காட்டிய சங்கப் பாடலைப் படித்துப் பாருங்கள்.

சங்க காலத்திலிருந்து 'மயிர்' பாடுபொருளாக இருந்திருக்கிறது. நிறைய சான்றுகள் இருப்பினும்,

அனைத்தும் நாம் அறிந்து வைத்திருக்கிறோம் என்ற நம்பிக்கையில் இந்த தொகுப்பைப் பேசுகிறேன்.

கால்நடைகள், பறவைகள், காட்டுயிர்கள், வளர்ப்புப் பிராணிகள் என்று சகலமும் மயிர் கொண்டு அழகாகத் தோற்றம் தருவதையும், மயிர் கொண்டு உயிர் வாழ்வதையும், மயிர் கொண்டு இனப்பெருக்கம் செய்வதையும், சந்ததிகளைப் பெறுவதையும் இந்தத் தொகுப்பு பேசுகிறது.

தற்கால அரசியலை, சூழலை, கலை இலக்கிய விமர்சனங்களை மயிர் கொண்டே பேசிப் பார்க்கின்ற கவிதைகளைக் கொண்ட தொகுப்பாகவும் இருக்கிறது. ஒரு பொருளை, ஒரு கருத்தை, ஒரு பொருள் கொண்டு வெவ்வேறாக பேசிப் பார்ப்பது தற்காலத்துத் தமிழ் அழகியலில் முக்கியமானது என்று கருதுகிறேன். சிறப்பானதாகவும் அமைந்திருக்கிறது.

வள்ளுவர் சொன்னதுபோல், கீழ்நிலையை எடுத்துக்காட்டும் உவமையாக இல்லாமல், காதலுக்கான உருவகமாக, தற்கால அரசியலுக்கான படிமமாக, இந்தத் தொகுப்பு தன்னுள் இருக்கும் கவிதைகள் வழி பேசி, மொழி அழகியலை, வடிவ நேர்த்தியை நேர் எதிர்க் கோட்டில் நிறுத்தி உருமாற்றம் பெற்றிருக்கிறது.

வாத்தியங்களும் வாத்தியக்காரர்களும்

கழுத்தைக் குறுங்கோணப் பாகைக்கு
இசைந்து தரும் தடித்த தோள்களுடைய
தவில்காரரைப் பாருங்கள்
இறந்த கன்றுக்குட்டியின் தொலிமீது

தடவிக்கொடுக்கும்

அவரின் கைகள்

சில சமயங்களில் டம் டம் டும் டம் என
தட்டிக்கொண்டிருக்கின்றன.

இந்த சப்தங்களை

அவர் தன் வாழ்க்கையில் இருந்து கண்டெடுத்தார்

காலி பாத்திரங்கள் பசிக்கு தரும் சப்தத்தைதான்
இவர் எழுப்புவது

அவரின் இடதுபக்கத்தில் மீசையெடுத்த

சதுரவடிவ முகம் நாதஸ்வரகாரரர்

முதுகுத்தண்டை நிமிர்த்தி வைத்து

உட்காருவார்

கைகளால் நாதஸ்வர வாத்தியத்தை தாங்கி

உதடுகளின் இறுக்கமான பிடிப்பில்

நெம்புகோல் தத்துவத்தை ஞாபகமூட்டுவார்

வட்டத்துளைகளை அடைத்து அடைத்து திறப்பதில்

ஓசையை வரச் செய்வார்

இவரின் வயிறு காற்றை சேகரம் செய்ய

பிரத்யேகமான முறையில்
வடிவமைக்கப்பட்டிருக்கும்

கன்னங்கள் உப்பிய நிலையில் காற்றை
விசைப்படுத்தும் இவர்

பேறுகாலத்தில் தன் மனைவியை தவறவிட்டவர்

உற்று கவனித்தால் தெரியும் அவர் தரும் ஓசை:

ஒரு குழந்தையின் அழுகையும் -

ஒரு மனைவியின் துயரார்ந்த கண்ணீரும் என்று

இதோ இந்த இடத்தில் ஸ்ருதி பெட்டி

வாசிப்பவனைப் பாருங்கள்
பள்ளிக்கூடத்தில் இருந்து புத்தகப் பையை
வைத்துவிட்டு வந்த பாவனையில் இருக்கிறான்
உண்மையில் அவன் இளையராஜாவைப்போல்
வாசிக்கவில்லை
கணக்கு புத்தகத்தின் தாள்களைப் புரட்டுவதாக
தெரிகிறது
வாழ்க்கையின் எந்தக் கணக்கை நிறுவ
பெட்டியை முன்னும் பின்னும் அழுத்துகிறான்.
இந்தத் தாளமிடும் கிழவர்
சாராயம் அருந்தி தான் இருக்கிறார்
ச்சைங் சப் - ச்சைங் சப் என்கிற சப்தத்தை
எப்படியெல்லாம் தருகிறார் பாருங்கள்
ச்சைங் ச்சைங் ச்சைங் சப்
சப்ச்சைங் சப் ச்சைங் ச்சைங்
ச்சைங் சப் சப் சப் சப் சப் சப் சப்ப்ப்ப்ப்
ச்சைங் ங் ங் ங் ங் ங்
ச்சைங் ச்சைங் சப் சப்
சப் சப் ச்சைங் ச்சைங்
ச்சைப் சங்......
இவர் இவ்வண்ணம் தாளமிடுவது
எந்த வாழ்க்கையின் அடிமையொலியென்று
என்னால் ஊகிக்க இயலவில்லை.

கவிஞனின் கருத்து புறவயப்பட்டு காட்சிகளைச்
சுவீகரித்து, அதன் முன்பின் கதைகளை ஆராய்ந்து,
அலைந்து திரிந்து அவ்விடமே சேர்வது போல

இந்தத் தொகுப்பின் ஆசிரியன் எல்லா விதமான பார்வையிலும் மயிர்வெட்டியை அல்லது மயிர்வெட்டும் மனிதர்களை, மயிர்வெட்டிக் கொள்பவர்களை, மயிரைப் பற்றி மட்டுமே பேசுவதாக என்னால் படிக்க முடியவில்லை. அழகியலை, குறிப்பாக மொழி சார்ந்து கவிதை வடிவ அழகியலைச் சோதித்துப் பார்த்திருக்கிறார்.

சொல், எழுத்து, வடிவம், கருத்து, உவமை, உவமானம், படிமம் என்று எல்லா வகையிலும் கற்பனை கலந்து எதார்த்த வெளியில் பரிசோதித்துப் பார்த்த தொகுப்பாகவே இதை என்னால் அணுக முடிகிறது. தொகுப்பின் வடிவமைப்பும் அதில் சேர்க்கப்பட்டிருக்கும் ஓவியங்களும் அவ்வகையான பரிசோதனை முயற்சியே.

ஒன்றோடு ஒன்று மோதி, வேறொன்றாக உருபெறாமல் போவது இந்தத் தொகுப்பின் சோகம். வாசகனின் அனுபவத்தோடு அல்லது வாழ்வோடு நேரடியாகப் பரிச்சயப்பட்ட செய்திகளை, காட்சிகளை, கருத்தை, அரசியலை ஒரு வடிவத்தின் வழி சுட்டிக் காட்டியதை தவிர வேறெதுவும் இந்தத் தொகுப்பு செய்துவிடவில்லை என்றாலும் கூட தற்காலத்தில், தற்கால மொழி அல்லது எழுத்து, நடை அல்லது வகை, கையாளும் இளைஞர்களுக்கு இந்தத் தொகுப்பு ஒரு பால பாடமாக அமையும்.

முன்னோர் வழிகாட்டலின் சங்கிலித் தொடரில் எங்கோ அறுத்துக்கொண்டு ஓட வேண்டும் என்ற மன ஓட்டம், 'சாமானியன்'-ஐ இப்படி எழுதிப் பார்க்கச் செய்திருக்கிறது. இதுவே என்னையும் படிக்கத் தூண்டியது. வாசிப்பு அனுபவம் என்ற வகையில் இந்த தொகுப்பை என் தலைக்கு மேல் தூக்கிப் பிடிக்கத் தயங்கமாட்டேன்.

சொல்வளம், ஓசை, பகுப்பாய்வு என்றெல்லாம் இதைத் தொடர்ந்து சொல்ல வேண்டும். கூடவே நவீனம், பின் நவீனத்துவம் பற்றியும் எழுத வேண்டும். தொடர்ந்து வேறொரு கவிதைத் தொகுப்போடு வருகிறேன்.

கலை அல்லது காமம் – 5

'கவிதை' இசைக்கேற்ப சொற்களால் அமைக்கப்பட்ட வடிவமாகும். எஸ்ரா பவுண்ட், அவருடைய விமர்சனம் என்று எடுத்துக் கொண்டால், 'டி.எஸ். எலியட்' அவற்றைத் தொகுத்துத் தந்திருக்கிறார். கம்பர், ஆழ்வார்கள் பாடிய நாலாயிர திவ்யப் பிரபந்தம், நாயன்மார்கள் இயற்றிய தேவாரம் எல்லாம் பண் இசைத்துப் பாடுவதற்கு உகந்தவையாக இருப்பதை நாம் இங்கே கவனத்தில் கொள்ளலாம். கவிதைகளை டெக்கரேட்டிவாக அதாவது அலங்காரத்திற்காக சொற்களை அடுக்கி வெறும் கூச்சலாக்கி விடும் அபாயமும் இங்கு நிகழ்கிறது.

திரும்பவும் நாம் எஸ்ரா பவுண்டிடம் போகலாம். *1)* சப்ஜெக்டிவ், அப்ஜெக்டிவ் என்று அகம், புறம் பற்றி சுற்றி வளைத்துப் பேசாமல் நேரடியாகப் பேசுவது. *2)* பேச எடுத்துக் கொண்ட பொருளுக்குத் தேவையற்ற சொற்களைச் சேர்க்காமல் இருப்பது. *3)* மூன்றாவது தான் நாம் இங்கே பேச முனைவது, ஓசை என்பதை 'ரிதம்' என்றும் வைத்துக்கொள்ளலாம். சொல்லின் இசை ஒழுங்கைக் கவனிக்கவேண்டும்.

ஏதாவது ஒரு சங்கீத முறையைப் பின்பற்றுவது கவிதை நன்றாக அமையப் பயன்படும்.

மரபு இலக்கியத்தில் வெண்பா, தளை, சீர், எதுகை, மோனை எல்லாம் இருக்கும். ஓசை இன்பம் இருந்தாலும் சங்கீதத்தின் ஒழுங்கு இருக்குமா என்பது கேள்விக்குறியே. ஒத்த அளவுடைய தொடர்ச்சியான ஓசையைக் கொண்டு அமைக்கப்படும் கவிதைகளுக்கு இசை நயம் இருக்காது. 'இசை நயம்' என்பது அலைகளைப் போல மேலும் கீழும் அசைந்து வேறொன்றாக உருப் பெறுவது. இந்தக் கருத்துகள் 200 ஆண்டு பழமையானதாக இருப்பினும் அக்கால கட்டத்திலேயே இவற்றை உடைத்தெறியும் முயற்சியும் நடந்திருக்கிறது. அதனை 'வெர்ஸ் லிப்ரே' என்று சொல்லுவார்கள்.

எல்லாவற்றிலும் நாம் இலக்கணம் தெரிந்து உடைத்தாலும், இசை அல்லது ஓசைநயம் என்பதைக் கவிதையில் இருந்து பிரித்துவிட முடியாது. அவரவர்க்கான இசைப் பரிச்சயமும், தேர்ச்சியும் மொழியில் கலந்து கவிதையாகும் பொழுது கவிதை முழுமையடைகிறது என்று நினைக்கிறேன்.

நான்கு அத்தியாயங்களில் நான் எழுதி வந்தவற்றைத் தொடர்ந்து, 'பாரதிதாசனின்' சமூகம் சார்ந்த கவிதைகளின் இன்றைய நிலைப்பாட்டை எடுத்துப்பார்த்தால், அந்த காலகட்டத்தில் நிலவிய அல்லது தேவையாய் இருந்த சூழலின் அழுத்தம், விதவை மறுமணம், தீண்டாமை ஒழிப்பு, தமிழர் அல்லாதவர் எதிர்ப்பு, மொழிப்பற்று, சாதிய உயர்நிலையை எதிர்த்தல் போன்ற கருத்தியல்கள், அவை குறித்த விழிப்புணர்வுகள், இன்று சமூகத்தில் குறிப்பாக மாறி, தொலைதூரம் வந்துவிட்ட

சமூகத்தில் அல்லது நோக்கம் நிறைவேறி விட்டால், சமூகத்தில் பெரிதாக கவனத்தில் இல்லை என்று தோன்றுகிறது. பாரதிதாசனின் கவிதைகள் ஒரு காலகட்டத்தின் பதிவுகளாக நின்று போய்விட்டன என்றும் சொல்லலாம்.

கவிதை வடிவம் வழியாகப் பேசப்படும் பொருள், எத்தகைய தன்மையைப் பெற்றிருக்க வேண்டும் என்பதையும், எந்த வடிவத்தில் அதைக் கொடுப்பது என்பதையும் கவிஞனே முடிவு செய்கிறான். வாசகனுக்கு எந்தக் காலகட்டத்தில் எதை எடுத்துப் படிக்க வேண்டும் என்கிற தேர்வுக்கு சில வழிகாட்டுதல்களை வாசகனே வகுத்துக் கொள்கிறான். இப்படி தொடர் சங்கிலியில் ஏராளமான கவிதைகள் கோர்க்கப்பட்டுக் கொட்டிக் கிடக்கின்றன.

என்னுடைய கையில்கிடைத்த புத்தகங்களை வைத்துக்கொண்டு சில விஷயங்களைப் பேச முனைவது எனக்கு சவுகரியமாக இருக்கிறது. அப்படித்தான் பாடுபொருளும் அதன் வடிவமும், கலைத்தன்மையும் குறித்து ஆராய்ந்து பார்க்க நினைக்கிறேன். கூடவே, "காலத்தில் தேவையான ஒன்று காலத்தால் நிராகரிப்புக்கும் உள்ளாகு மா?", என்ற கேள்வியை வீசி விடை தேட முயற்சிக்கிறேன்.

உண்மையை ஒழுங்குற உரக்கச் சொல்வது நல்ல கலையின் தன்மையாகும். அவை, சொல்லாமல் எங்கோ விடுபட்டுப் போனால் மோசமான, கலைத்தன்மையற்ற என்றும் கொள்ளலாம். பாரதியை நாம் முன்னோடியாக கொள்வதற்கு ஒழுங்குற, உரக்க, ஓசை நயம் மிக்க, கலைத்தன்மை கொண்ட, எக்காலத்திலும் ஏற்கக்கூடிய கருத்துகளை உள்ளடக்கிய கவிதைகளைப் படைத்ததால்தான்.

ஒரு நல்ல விமர்சகன் ஒரு நல்ல கவிஞனாகவும் இருந்துவிட்டால் அல்லது ஒரு நல்ல கவிஞன் ஒரு நல்ல விமர்சகராகவும், 'எஸ்.ரா பவுண்ட்' போல இருந்துவிட்டால் கவிதை அல்லது புதுக்கவிதை அல்லது தற்கால கவிதை என்று எல்லாமும் நமக்கு, நம் மொழிக்கு வளம் சேர்ப்பதாக அமைந்துவிடும்.

பள்ளிக்கூடம், விவசாயம், வீட்டுச்சூழல், தெரு, ஊர் அமைப்பு, இப்படியான புறச்சூழலின் தாக்கம் 'பூவிதழ் உமேஷ்'-க்கு இருக்கிறது. பறவை, பொத்தான் இரண்டும் அவருக்கு ஒன்றுதான். சொற்களைத் தற்கால வழக்குப்படி உடைத்து, நீட்டிச் சேர்த்து, வரிசைப்படுத்திப் படிக்கத் தந்திருக்கிறார்.

நீரின் புனைப்பெயர்

பாதி நிரம்பிய கிணற்றில்
மீதி நிரம்பியிருக்கும் மவுனம்
ஒரு மீன்கொத்தியின் பறத்தலில்
சொல்லாகிறது
தாவிக்குதித்து
மறு மருந்து செல்லும் தவளை
கிணற்றை அரை வட்டங்களாகப் பிரிக்கிறது
ஊற்று
குமிழ்களாய் மீன்களின் கண்களை
ஏற்றுமதி செய்கிறது
பிறக்கப்போகும் மீன் குஞ்சுகளுக்கு
ஆமைகள் துறவிகள் போல
படிகளில் அமர்ந்து சிறுசிறு ஒலிகளில் தவம்

கலைத்துக் குதிக்கின்றன
தாழப் பறக்கும் தட்டான்
கிணற்றின் கன்னத்தைக் கிள்ளுகின்றது
செட்டில் தொங்கும் அருகம்புல்
நீச்சலை எப்போது குதித்து பழகுமோ
சிறுவர்களைத் தள்ளிவிடும் கைகள்
அருகம்புல்லுக்கு உதவுவதில்லை எப்போதும்
எளிதாக வானத்தை
கிணற்றில் பார்க்க முடிவதில்லை
மண்டி இருக்கும் கையளவு நீர்
வறட்சியின் போல இருக்கிறது
எட்டிப் பார்ப்பவர்கள்
சிறு கற்களால் உருவாக்கும்
"க்ளுக்" ஒலி
கிணறு வெட்டியவர்கள் சூட்டிய புனைப்பெயர்
நீரின் புனைப்பெயரைக் கேட்க வேண்டுமா?
கவலை வேண்டாம்
வாயில் கொஞ்சம் தண்ணீரை ஊற்றிக் கொண்டு
ஒரு மாத்திரையைக் குதிக்க விடுங்கள்
உங்கள் உடம்பிலேயே இருக்கும் கிணற்றில்
பாதி மௌனமும் நிரம்பியிருக்கும்.

பல்வேறு செய்திகளை, கற்பனையை, கதைகளை, காட்சிகளை வாசிப்பவருக்குத் தந்திருக்கிறார். ஒவ்வொரு கவிதையும் எளிமையான மொழியில் அழகாக எழுதப்பட்டிருக்கிறது.

நெல்மணிகளின் கொலுசு சத்தம்

தெளிந்த சேற்று வயலுக்கு
அவ்வளவு பிடித்திருக்கிறது
நாற்று நடும் பெண்களை
அவர்களின் அந்தரங்கத்தை - பேச்சை
முன்னிரவு சூல் கொண்டவளின் தூர்
பச்சையாய் - இன்னும் பச்சையாய்
வளர்ந்திருக்கு
பக்கத்து சால் பேரிளம் பெண்ணின் எள்ளலில்
நாற்று நட்ட கைகளின் ரேகைகள்
வெடித்த வயலின் ஞாபகத்தில்
அப்படியே இருக்கின்றன
முதுவேனிலில் பூப்பெதிய இளம்பெண்ணின்
குதிகால் சுவடுகளில்
பதற்றத்தின் ஆழ அகலம் தெரிகின்றன
அவற்றில் வட்ட வட்டமாக
அறுவடையில் உதிர்ந்த நெல்மணிகள்.
அவற்றைக் குருவிகள் கொத்தும்போது
வயலெங்கும் கொலுசு சத்தம்

'வெயில் ஒளிந்துகொள்ளும் அழகி' தொகுப்பு

நாம் பேசிக் கொண்டிருக்கும் விஷயங்களுக்கு எந்த வகையில் தொடர்பு கொள்ளும் என்று தேடினால், பாரதிதாசனை நாம் எப்படி ஒரு காலத்தின் பதிவு என்று பார்த்தோமோ அதுபோல மூன்று தலைமுறை எழுத்தறிவற்ற சமூகத்திலிருந்து

முதல் தலைமுறை படித்து வேலைக்கு வரும் சமூகம் ஒன்று எழுபதுகளிலும் கட்டமைத்தது.

அங்கிருந்து எழுத வந்தவர்களின் சொற்கள், பார்வை, புரிதல் எல்லாம் வேறொரு தளத்தில் அயல்மொழியின் தாக்கத்தில் இருந்ததை நாம் பார்த்து வந்திருக்கிறோம். இவருடைய மொழி, நாட்டுப்பாடல் வகையிலும் இல்லாமல், இருபதாம் நூற்றாண்டின் சினிமா மொழியாகவும் இல்லாமல், இவர் கடந்துவந்த அயல்மொழித் தாக்கம் கொண்ட கவிஞர்களின் மொழியாகவும் இல்லாமல் இருக்கிறது என்று வாசிக்கும் பொழுது எனக்குத் தோன்றுகிறது.

மகிழ்ச்சியான காகம்

"ந"-என்று எழுதி
"காகம்" வரைந்த குழந்தை
காகத்திற்கு
கொஞ்சம் தானியங்களை வைக்கிறது
கீழே
தன் பெயரில் உள்ள புள்ளிகளில்

சினிமா பார்க்காமல் சுவரொட்டிகளைப் பார்த்துக் கதை சொல்லும் வழக்கமுடைய சிறுவர்கள் சொல்லும் கதைகளைப் போல, அந்தச் சிறுவர்களின் மொழியைப் போல 'உமேஷ்'-ன் இந்தத் தொகுப்பு இருப்பதாக உணர்கிறேன்.

'வெயில் ஒளிந்துகொள்ளும் அழகி' தொகுப்பைத் தொடர்ந்து, 'இயற்கை'(யியற்கை) எழுதிய 'கடைசி

தூரதேசப் பறவையிடம் மன்றாடும் நீர்நிலை' தொகுப்பு குறித்துப் பார்க்கலாம்.

விட்டுச் செல்லுதல்

இத்தனை தூரம் வந்தபின்னும்
இன்னமும்
அந்த அறையிலேயேதான் இருந்து கொண்டிருக்கிறேன்
ஒளிரப் போராடும் ஒற்றை விளக்கு
மூச்சுவிடாத ஜன்னல்
குறுக்கும் நெடுக்குமான சட்டங்கள் கொண்ட கூரை
தவிர்த்து
உணவு வைத்துத் திரும்பிவிடும் எவரும்
அடுத்த சில நிமிடங்களுக்காவது
அந்த அறையில் தங்கிவிட நேர்வதாக
சொல்லியிருந்தார்கள்
ஆனால்
9 மணி நேரங்கள் கடந்த இப்போதும்
நான் அந்த அறையில் தான்
இருக்கிறேனென்று சொல்ல முடிகிறது
இதோ
அந்த வீட்டிலிருந்து அழைப்பு ஒளிர்கிறது
விட்டுச்சென்றதைச் சொல்லவும்
இருக்கலாம்.

"டிஸ்கி என்ற பொறுப்புத் துறப்பு"

இந்தத் தொகுப்பை வாசிக்கும் பொழுது எனக்கு எனது வாசிப்பு அனுபவத்தின் மீது சற்று சந்தேகம் வந்துவிட்டது. என்ன மாதிரியான சந்தேகம்? பாரதிதாசனை, கவிமணி தேசிய விநாயகம் பிள்ளையை, நாமக்கல் கவிஞரை, யோகி, சுத்தானந்த பாரதி என்ற ஐந்து பேரைப் பற்றி என்னுடைய வாசிப்பு, பிச்சமூர்த்தியின் அனுமானம் என்ன?

அதாவது பிச்சமூர்த்தி வழிநின்று 1934-இல் மணிக்கொடியில் வெளிவந்த 'எந்தப் பெயரை வேண்டுமானாலும் வேண்டியவர்கள் எடுத்துக் கொள்ளட்டும்' கவிதையிலிருந்து இன்றுவரை ஒரு காலத்தைப் படம் வரைந்து அந்த சந்தேகம் வந்துவிட்டது. துவக்க காலம் தொட்டு எல்லாருமே இதை செய்து பார்த்திருக்கிறார்கள். பொறுப்புத் துறப்பு அல்லது டிஸ்கிளைமர். மரபு உடைத்தெறியப் படும்பொழுது மேற்சொன்ன அனைவரின் நிலைப்பாடும், அவர்களையே தூக்கிப் போடும் பொழுது, பிச்சமூர்த்திக்குப் பிறகான அவர்களின் பொறுப்புத் துறப்பு, இன்றைக்கு எப்படி வேண்டுமானாலும் எழுதிவிட்டு, பொறுப்புத் துறப்பு - முன்னுரையில் எழுதிவிட்டால் யாரென்ன சொல்லிவிடுவார்கள் என்று, எழுதுபவர்களைக் குறித்த என் வாசிப்பின் சந்தேகம் அது.

நண்பர்கள் வாசிப்பது, அதில் தங்களை ஒப்புக் கொடுப்பது, பிறகு தேர்ச்சி பெறுவது, பயிற்சி பெறுவது, செய்துபார்ப்பது, என்ற இடத்தில் பொறுப்புத் துறப்பு அவசியமற்றதாகிவிடுகிறது. வாசகன் எளிதில் கண்டடையக் கூடிய இடத்திலேயே செய்து பார்ப்பவர்கள் இருக்கிறார்கள். செய்து பார்த்தவை பரிசோதனையாக நின்று விட்டனவா, அதைத்தாண்டி வேறு ஏதாவது நிகழ்ந்திருக்கிறதா

கலை அல்லது காமம்

என்று பார்க்கும் இடத்தில், வாசகன் காணாமல்போய் வேறு ஒருவன் வந்து அமர்கிறான் என்னுள்ளே.

இப்படி புதுக்கவிதை, மரபின் நீட்சியாக, இயற்கை (யியற்கை) தன் சூழலை, அக உணர்வை, இருண்மையை எழுதிப்பார்த்திருக்கிறார்.

ரெக்கையளவு கருணை

இந்தப் புறவழிச் சாலையை
குறுக்காகக் கடந்துகொண்டிருக்கும்
கம்பளிப் பூச்சியினை
பார்த்துக்கொண்டிருக்கிறேன்
அய்யோ
இன்னும் எத்தனை தூரம் என்று தெரியாமலேயே
கருங்கடலை தாண்டிக்கொண்டிருக்கிறது
அவ்வப்போது சற்றுத் தலையுயர்த்தி
பின் வேகமாக நடையைக்கட்டும்
கம்பளிப்பூச்சியை பார்க்க
யாருக்கும் பச்சாதாபமாய் வரும்
பள்ளத்திலிருந்து எழும்பும் ராட்சச வாகன ஓட்டுநரின்
நெற்றியில் ஊருமதை
அவர் கவனிக்கவேயில்லை
எத்தனை
உதாசீனம் அது...
கம்பளிப்பூச்சியை
பார்த்துக்கொண்டேயிருக்கிறேன்
சின்னதாக
ரெக்கைகள் முளைத்திருக்கலாம்.

தனக்கென உருவாக்கிக் கொள்ளும் மொழி, கட்டமைப்பு இரண்டும் உள்ளதை உள்ளபடி சொல்லி வாசகனை கற்பனை செய்து பாருங்கள் என்று அழைக்கும் தொனி முற்றிலும் வேறுபட்டது. தன் கற்பனையை, தான் உருவாக்கிய மொழியில் தன்னுடைய கட்டமைப்பில் சொல்லி, புதிர் விடுவித்து காண் என்று சொல்லுவது.

தனிமைக் குரல் கொடுக்கிறவன்

எச்சில்பட்டபோது

தவறி விடப்பட்டபோது

வீசப்பட்டபோது

அடித்துப் பறக்கவிடப்பட்டபோது

தேடி முடித்து

சிறு புதரினுள் கைவிடப்பட்டபோது என

சோர்ந்து கிடந்தது காற்று.

ஒருமுறை

மைதானத்தில் மறந்துவிட்டுச் சென்றபோது

உண்டான ஆற்றாமை ஒருபக்கம் என்றால்

அப்போது சூழ்ந்துகொண்ட

சகாக்களின் இரக்கம்தான்

பெரும் தொல்லையாய் இருந்தது அதற்கு.

அப்போது அவன் வருகிறான்

தவித்துக்கொண்டிருந்த தெருவிளக்கின்மீது

கல் தெளித்து விமோசிக்கிறான்

சூழ்ந்து உறுமித் தொடரும்

நாய்களோடு கோபித்துக்கொள்கிறான்

தனிமைக்குக் குரல் கொடுக்கிறான்.

கலை அல்லது காமம்

சங்கக் கவிதைகளில் ஓசை என்பது வாயால் பாடி, காதால் கேட்டு, பெறும் இன்பத்திற்காகப் படைக்கப்பட்டது என்று கொண்டால், இன்றைக்கு அதற்கான இடம் என்னவாக இருக்கிறது என்ற கேள்வி எனக்கு மாத்திரமல்ல பிச்சமூர்த்திக்கும் வருகிறது. மனதில், படிக்கும் கவிதைகளின் ஓசைநயம் என்ன என்ற கேள்வியும் எழுகிறது.

கடந்த நான்கு பதிவுகளில் நாம் பார்த்ததைப் போல, இலக்கணத்தில், கவிதையில் ஓசையை, அகவல், செப்பல், துள்ளல், தூங்கல் என்று நான்காகப் பிரித்து ஆசிரியப்பா, வெண்பா, கலிப்பா, வஞ்சிப்பா என்றார்கள். இன்றைய காலத்தின் மாறுதல், இலக்கணத்தில் மட்டுமல்ல புழக்கத்திலிருக்கும் சொல்லைப் பயன்படுத்துவதிலும் இருக்கிறது.

இலக்கணப்படி சொற்களைப் பிரித்துப் பார்க்க பல்வேறு சிக்கல்கள் எழுந்து விடுகின்றன. இப்படியான காலத்தின் தேவை கருதி, மொழி தன்னை வளப்படுத்திக் கொள்ள புதிய வடிவங்களைத் தேடிக் கொள்வதாக எடுத்துக்கொண்டால், அதில் புழங்கிய அல்லது துவங்கி வைத்த முன்னோர்களை ஏறக்குறைய 90 ஆண்டுகளுக்கு முன் நகர்த்தலாம். அந்தவகையில் இன்று நான் மேற்சொன்ன இரண்டு தொகுப்புகளையும் வாசிப்பவர்களுக்கு அவற்றின் மதிப்பீடுகள் எளிதாகப் புரிந்து விடும்.தொடர் பயிற்சி, தேர்ந்த கையாடல், அதில் கண்டடையும் தனித்த நடை, அதில் தொனிக்கும் புதிய கருத்துரு எல்லாம் சேர்ந்து ஒரு கவிதைக்கு அல்லது கவிதைத் தொகுப்பிற்கு ஓர் இடத்தை உருவாக்கும்.

இங்கு, நான் எடுத்துக்காட்டிய இரண்டு தொகுப்புகளும் அதன் ஆசிரியர்களுக்கு பயிற்சிக்கான

களத்தில் இருப்பதாகவே எனக்குப் படுகிறது, சரி, எத்தனை தூரத்தில் என்ன மாதிரியான காலத்தில் எந்தப் பயிற்சிக் களத்தில் அவர்கள் இருக்கிறார்கள் என்று பார்த்தோமேயானால், இன்றைய தமிழ் மொழி சார்ந்து இயங்குபவர்களின் கரம் கோர்த்து, அவர்கள் பயிற்சி பெற்று களமாடும் களத்திலேயே இவர்களும் பயிற்சியில் இருக்கிறார்கள்.

தொடர் செயல்பாட்டில் அல்லது வாசிப்பு அனுபவத்தில் வாழ்வின் வெவ்வேறு பார்வை விசாலத்தில் இவ்விருவரும் மொழிக்கு உள்ளே எளிதாகப் பிரவேசிப்பார்கள் என்பது என் எண்ணம். வேறு இரண்டு தொகுப்புகளோடு மீண்டும் சந்திக்கிறேன். தொடர்ந்து பேசுவோம்...

மூத்த கவிஞரும் தமிழ்ப் புதுக்கவிதைத் துவக்க காலத்தில் இருந்து எழுதி வருபவருமான கவிஞர் வைத்தீஸ்வரன் அவர்களின் கருத்து. வாசிப்போம் தமிழ் இலக்கியம் வளர்ப்போம் குழுவில்.

மிகவும் நன்றி.

07.02.2020.

//கவிதை பற்றிய செறிவான பார்வை.. எனக்குள் தளும்பிக் கொண்டிருந்த நெடு நாள் நினைவுகளின் எதிரொலி. இந்தத் தொடர்ச்சியில்.. புதுக்கவிதையை சங்கீதமாக பாடும் முயற்சிகளை என்னால் ஒப்புக் கொள்ள முடிவதில்லை வாழ்த்துகள் நடராஜன்//

கலை அல்லது காமம் – 6

சுந்தர ராமசாமியின் "நவீனத்துவமும் நானும்" என்ற கட்டுரையில் நவீனம் குறித்து எழுதியிருப்பதை முதலில் இங்கே தருகிறேன். "படைப்புக்கு வழிகாட்டுவது மரபு இலக்கியம் என்று இறுகிப்போய் இருந்த பழக்கத்தை மாற்றி, படைப்புக்கு முன் சிந்தனை என்று உறுதி செய்தவனும் அவன்தான்", பாரதிதாசன் பற்றிச் சொல்லும்போது சு.ரா இப்படிக் குறிப்பிடுகிறார். 'நவீனம், 'பாரதிதாசன் முன்மொழிந்த படைப்புக்கு முன்சிந்தனை' என்ற புதிய போக்கிலிருந்து நாம் எடுத்துக் கொள்ளலாம்.

1930-களில் மணிக்கொடியில் எழுதி வந்தவர்களிடையே புதிய சிந்தனைகளால் தமிழ்ச் சிந்தனையை சீர்திருத்த வேண்டும் என்ற கனவு இருந்ததாகவும் சொல்கிறார். "மரபை மறுபரிசீலனை செய்து, அதன் சாதனைகளை முறியடித்து, குறைகளை விமர்சிப்பவன் பாரதி", என்று சொல்பவர் தொடர்ந்து இந்து மதத்தில் புரோகிதம் சார்ந்த கலப்படத்தை அகற்றிவிட்டால் அதன் அடிப்படைகளை ஆதாரமாக வைத்து, சமத்துவ சமூகத்தை உருவாக்கி விடலாம் என்பதுதான் பாரதியின் அடிப்படை சிந்தனை என்று சொல்கிறார்.

பாரதியையும் புதுமைப்பித்தனையும் தமிழில் நவீனத்துவம், முற்போக்கு இரண்டுக்கும் காரணமாக இருந்தவர்கள் என்று சுட்டிக்காட்டும் சுந்தரராமசாமி, தொடர்ந்து "பாரதி இன்று உயிர் பெற்று வந்தால் தமிழ் வாழ்க்கையில் நிகழ்ந்துள்ள முன்னேற்றங்கள், தன் தீர்க்கதரிசனம் பலித்துவிட்டதாக ஆர்ப்பரிப்பான்" என்றும், புதுமைப்பித்தன் திரும்பி வந்தால், "தான் சுட்டிக்காட்டியதைவிடவும் குறைகள் மலிந்து கிடப்பது கண்டு தன் அவநம்பிக்கையை உறுதிப்படுத்திக் கொள்வான்", என்றும் சுந்தரராமசாமி இன்றைய நவீனத்தை, வாழ்வியல் முறையைச் சுட்டிக்காட்டி எழுதுகிறார்.

க.நா.சு நீங்கலாக மற்ற எல்லா விமர்சகர்களும் உலக இலக்கியப் பண்புகளை அல்லது கோட்பாடுகளை தமிழ்ப் படைப்புகளின் மேல் ஏற்றிப் பார்ப்பதில் ஆர்வமாய் இருப்பதாகவும், அதில் நம்பிக்கை கொண்டு இருப்பதாகவும் சொல்லும் சு.ரா, "நிரந்தர சந்தேகம் தரும் மன சஞ்சலமும் அதிலிருந்து பிறக்கிற கேள்விகளும் தான், காலத்துக்கு ஏற்ற புதிய படைப்புகளை உருவாக்குகிறது என்பது என் எளிய நம்பிக்கை" என்று நவீனம் பற்றி எழுதுகிறார்.

தி.க.சிவசங்கரன் தாமரை இதழில் 1962-இல்எழுதிய 'இப்படியும் ஒரு கருத்து' என்ற கட்டுரையில் முற்போக்கு இலக்கியம் - கவிதை குறித்து எழுதியதில், பாரதியை, தாகூரை, பிரேம் சந்தை முன்னோடிகளாக எடுத்துக்காட்டுகிறார்.

"எழுத்தாளர், நாட்டுப்பற்று, மொழிப்பற்று, இனப்பற்று உடையவனாகவும் அன்பு உள்ளம் கொண்டவராகவும் இருக்க வேண்டும். வாழ்க்கையை மேம்படுத்தவும் மக்களின் இதயங்களைப்

பண்படுத்தவும் தனது ஆன்மாவை அர்ப்பணிக்க வேண்டும்" என்றும் எழுதுகிறார்.

முற்போக்குக் கவிஞர்களின் கண்ணோட்டமாக இயற்கையைப் பாடுவது, இயற்கையை மனிதன் வென்று வசப்படுத்தி வரும் எழிலையும் ஆண்மையையும் இணைத்துப் பாடுவது என்றும் சொல்கிறார்.

புலியைப் பற்றி எழுதும் கவிஞர் அதன் குணத்தை ரத்த வெறியை ஏகாதிபத்தியத்தின் குணத்தோடு ஒப்பிடுவான் என்று உதாரணத்தை முன்வைக்கிறார். சுந்தர ராமசாமி, தி..க.சிவசங்கரன் இருவருமே முற்போக்கு இலக்கியத்தின் முன்னோடியாகப் பாரதியைச் சித்தரிக்கிறார்கள் என்பதை நம்மால் புரிந்துகொள்ள முடிகிறது.

நாம் முன்பே ஐந்து அத்தியாயங்களில் பார்த்தது போல மக்களுக்காக என்ற போக்கும் அதன் துவக்கமும் 'தாமரை' இதழிலிருந்தும் அதன் ஆசிரியர் தி.க.சிவசங்கரனிடமிருந்தும் தொடங்கின என்று சொல்லலாம். ரகுநாதன், கே.சி.எஸ் அருணாச்சலம் இரண்டுபேரையும் தாமரை எழுத்தாளர்களாக முன்மொழிகிறார். (ஜனவரி 1962-ல் வந்த தாமரை இதழ்.)

முற்போக்குக் கவிதைகள் குறித்து நமக்குக் கிடைத்திருக்கும் தகவல்களைக் கொண்டு இரண்டு கவிஞர்களின் தொகுப்புகளை பேசுவதற்கு எடுத்துக் கொள்ளலாம் என்று நினைக்கிறேன்.

கவிஞர் வேல்கண்ணன் கவிதைத் தொகுப்புகள் இரண்டும் எனக்கு மிகுந்த மன வலியை அல்லது எழுச்சியை தருவதாக இருக்கிறது.

கலை அல்லது காமம்

பசியாறும் நீலி

விடைபெறும் போது பகிர்ந்த இறுதி பானத்தில்
நீ கிள்ளிப் போட்ட இலை
பிறகு பருகிய எல்லா பானங்களிலும்
மிதக்கத் தொடங்கியது
அதனின் உள்நாக்குக் கசப்பு
மகிழ்வு பானத்தையும்
கொண்டாடும் துயரப்பானமாக மாற்றியது
சிதறி உடையும் நட்சத்திரங்களில் கொப்பளிக்கும்
குருதியில் மிதக்கிறது இலைநரம்பு
ஏராளமாய் அருந்தினேன்
எல்லாவற்றிலும் மிதந்தபடியேயிருந்தது
கனவுகளிலிருந்து மீண்டெழ
பருகும் பானம் ஒருபோதும் அனுமதிப்பதில்லை
அகாலமான கனவொன்றில்
காமம் எழுப்பும் முலை பிளவில்
அவ்விலை
அதன் மீது யாரோ ஒருவர் படிந்திருப்பது
மிகவும் அச்சம் கொள்ளச் செய்கிறது
துயர காயங்களில் வடியும் உள்நாக்கு கசப்பின்
தீராத மகத்துவத்தை
அள்ளிக் குடித்துப் பசியாறுகிறாள் நீலி

"பசியாறும் நீலி" கவிதையில் இடம் பெறும் இந்த வரி

*"சிதறி உடையும் நட்சத்திரங்களின் கொப்பளிக்கும்
குருதியில் மிதக்கிறது இலை நரம்பு"*

இதைப் பற்றிச் சொல்வதற்கு முன் கவிதை பற்றிச் சொல்லுகிறேன். கவிதை முழுவதும் படிக்கும்பொழுது ஒரு லயம் மனதில் படிந்துவிடுகிறது. திருகு பைப்பில் சொட்டும் நீர், ஒரே சீரான இடைவெளியில் சொட்டினாலும் பாத்திரத்தில் விழும் ஓசை வெவ்வேறாக மாறுவதை நாம் கேட்டிருப்போம். நீர் நிரம்ப நிரம்ப ஓசையின் கனம் மாறிக்கொண்டே வருவது நாம் அறிந்ததே. சீரான இடைவெளியில், காலத்தில் விழுவது 'ரிதம்' என்று எடுத்துக்கொண்டால், கேட்கும் ஓசை மாற்றத்தை 'லயம்' என்று எடுத்துக் கொள்ளலாம். அப்படியும் இந்தக் கவிதை உள் மனதில் கேட்கிறது.

மேலே எடுத்துக்காட்டிய இந்த வரி, என்னுடைய பால்ய காலத்தில் தாத்தாவின் கிராமத்தில் ஆடு வெட்டும் இடத்தில் இருக்கும் ரத்தம் பிடிக்கப்படும் பாத்திரத்தை நினைவூட்டுகிறது. வெட்டப்படுவதற்கு முன்பு தின்று கொண்டிருந்த இலையின் காம்பு ரத்தத்தில் மிதப்பதாய் ஒரு காட்சி தோன்றி மறைந்தது.

இந்த கவிதை பேசும் குற்ற உணர்வு, ஆண் பெண் உறவு, அதில் நிகழ்ந்துவிட்ட உடையவன் சோகத்தை, பரிதாபத்தை அல்லது கொண்டவனின் சோகத்தை என்று எடுத்துக்கொண்டால் அதன் அடுத்த பரிமாணம் குடும்ப அமைப்பும் அதன் சிக்கலும்.

மன வட்டம்

*முதலுக்கும் முடிவிற்கும்
ஊசலாடிக்கொண்டேயிருக்கும்*

சிதறிய எண்ணத்தின்
தவிப்புகளை ஆதாரமின்றி
சுழலவிடும் வட்டப்பந்து
உனது எனது என
பிரித்தறிய முடியாதவைகளை
யாராலும்
அடையாளம் காணமுடியவில்லை
விடுபடுதலின் விதிகளை
மனனம்
செய்தும் பலனில்லை
வனத்தின் ஏதேனும் ஒரு
முனையிலிருந்து ஊற்றெடுக்கும்
நீருற்று என்னை நோக்கி
....வரும்
...வருகிறது
எனவும் நினைத்துகொள்ளும் மனம்

இதைப்போன்ற கவிதைகள் மட்டும் அல்ல வேல் கண்ணனின் அடையாளம். இப்படியான கவிதைகள் தற்கால சடங்கு சம்பிரதாயங்களுக்கு எதிராக நிற்கின்றன.

'நீலி' கவிதையானது தொன்மக் கதையை எடுத்துச் சொல்லி, நீதியை அல்லது புதிய நீதியைப் போதிக்கிறது என்று தான் எனக்குத் தோன்றியது. இப்படி, வறுமை அதைத்தொடர்ந்து பசி இரண்டையும் தாண்டி மானுட தர்மத்தை அப்படி கற்பிதம் செய்து வைத்திருப்பதை உடைத்தெறியக்

கேட்கும் நீலியின் நியாயமாகவே இந்தக் கவிதை என்னுள் விரிகிறது. இதையே நானும் தற்காலத் தேவை என்று கருதுகிறேன்.

தமிழ்ப் புதுக்கவிதை மரபில் நவீனம் தாண்டி பின்நவீனத்துவம் வரைவந்துவிட்ட, அதையும் உடைத்தெறிய முற்படும் எழுத்தாளர்களின் சிந்தனை என்னவாக இருக்கிறது என்பதை ஆராய்ந்து பார்க்க வேண்டும். அப்படியான ஒரு தேடுதலில் என் கைக்குக் கிடைத்த புத்தகம் ந.பெரியசாமி எழுதிய கவிதைத் தொகுப்புகள்.

"குட்டி மீன்கள் நெளிந்தோடும் நீலவானம்"

"மதுவாகினி"

"தோட்டாக்கள் பாயும் வெளி"

பெரியசாமியின் இந்தத் தொகுப்புகளை வாசிக்கும் பொழுது நேரடியான அரசியல் பார்வையை ஆங்காங்கே அவர் வைத்திருந்தாலும், காதல் உணர்வைப் பெரிதாக எழுதிப் பார்த்திருக்கிறார். நேரடியாக மார்க்சியத் தத்துவங்களை, கோட்பாடுகளைப் பேசாவிட்டாலும், இவர் எழுதிப் பார்த்திருக்கும் கவிதைகளின் உப விளைவுகள் அல்லது தாக்கம் மார்க்சியத் தத்துவங்களை நோக்கி மானுட மனதைத் திருப்புகிறது என்றுதான் எனக்குத் தோன்றியது.

உப்பு நீரில் ஊறவைத்து
கழுவிய திராட்சையை
தின்றிடத் துவங்குகையில்
நரி வந்து கேட்டது
நாலைந்தை ஆய்ந்து கொடுத்தேன்

புலி வந்தது
சிறு கொத்தை ஈந்தேன்
குட்டிக்கரணம இட்டவாறு
குரங்கு வந்ததைத் தொடர்ந்து
ஆடு மாடு கோழி பூனையென
மகனின் படையெடுப்புகள்
எனக்கேதும் வேண்டாமென
கொடுத்த திராட்சையின் சாயலை
விழுங்கிக் கொண்டிருந்தேன்.

முற்போக்கு இலக்கியம் என்பதை நாம் சுரண்டுபவர்கள், ஒடுக்குபவர்கள், நிலப்பிரபுக்கள், பூசுவாக்கள், முதலாளிகள் அவர்களின் (நிலைப்பாட்டிற்கு)கலை வெளிப்பாட்டிற்கு எதிரான, அவர்களுடைய கொள்கைகளுக்கு எதிரான நிலைப்பாடு என்றும் புரிந்து கொள்ளலாம். எல்லாரும் ரஷ்யாவை எடுத்துக்கொண்டால் நாம் சீனாவில் மாசேதுங் கூட்டிய மாநாட்டை எடுத்துக் கொள்ளலாம். மேல் சொன்னவர்களுக்கு எதிரான மக்களின் கலை என்றும் சொல்லலாம்.

மேற்சொன்ன வார்த்தைகள் எல்லாம் எப்படி உருவாயின? தமிழ் நிலப்பரப்பில் வர்க்கப் போராட்டம், நிலவுடைமைப் போராட்டம், சாதி ஒழிப்புப் போராட்டம் என்று ஒவ்வொன்றாக நாம் நினைவுகூர்ந்து மேற்சொன்ன வார்த்தைகளுக்கு அர்த்தம் கொடுக்க முடியும்.

முற்போக்கு என்ற சொல்லின் தற்காலத் தேவையைப் பெரியசாமி வேறுவிதமாகக் கட்டமைக்கிறார் இந்தக் கவிதையில்.

பள்ளிக்கூடம்

அடிக்கடி நீரிலிட்டு
புதிது புதிதாக சோப்பு வாங்க
பூனை மீது பழி போடுவாள்
விருந்தினரின் செருப்புகளை ஒளித்து
புறப்படுகையில் பரபரப்பூட்டி
நாயின் மீது சாட்டிடுவாள்
தேவைகளை வாங்கிக் கொள்ள
உறுதியளித்த பின் தந்திடுவாள்
தலையணை கிழித்து மறைத்த
ரிமோட், வண்டி சாவிகளை
கொஞ்ச நாட்களாக
குறும்புகள் ஏதுமற்றிருந்தாள்
மாதம் ஒன்றுதான் ஆகியிருந்தது
அவளை பள்ளிக்கு அனுப்பி.

இப்படியான அவருடைய பார்வை முற்றிலும் புதிதானது. தொழிலாளர்கள் அல்லது பாட்டாளி வர்க்கத்தினரின் இயல்பில் அமைந்த கலை இலக்கியங்களுக்கு வடிவம் கொடுத்தல் அல்லது அந்த வடிவத்தைப் பயன்படுத்திக் கொள்ளுதல் இன்னொரு முறை ஆகும். அந்த வகையில் பெரியசாமி தன் கவிதைகளை எழுதிப் பார்ப்பவர்.

'முற்போக்கு' இப்படி சொல்லிக்கொள்பவர்கள் கவிதையியல் குறித்து முன்னெடுத்த இயக்கத்தில் இரு பிரிவுகளாக இருப்பதை நாம் பார்க்கலாம். ஒன்று... கோட்பாடு, தத்துவம். இரண்டும் மார்க்சியம்

சார்ந்த அல்லது கட்சி சார்ந்த செயல்பாடுகளுக்கு ஆதாரமாய் இருப்பது. மற்றொன்று... மக்களுக்கானது அல்லது மக்கள் மொழியில் மக்கள் பிரச்சனைகளை, அன்றாட நிகழ்வுகளை, உணர்வுகளைப் பேசுவது. இவ்விரண்டு போக்குகளும் தமிழ்நாட்டில் நிகழ்ந்திருக்கின்றன. இன்குலாப், கந்தர்வன் என்று நாம் ஒரு சிலரைப் பெயர்களைச் சொல்லலாம்.

இன்றைக்கு இருக்கக்கூடிய தொழில்நுட்பம், வளர்ச்சி, அதிகாரம், அரசியல் கட்டமைப்பு எல்லாம் வேறொரு சமூகக் கலைத் தேவையை வலியுறுத்துகிறது. இந்த இடத்தில் நின்று, இந்த இரண்டு கவிஞர்களின் செயல்பாடுகளை, எழுத்தை, நான் 'ஹைபிரிட்' என்று வகைப்படுத்துகிறேன்.

காதல், காமம் இருவருக்கும் பொதுவான பாடுபொருளாக இருப்பதும் அதன் வழியே இவர்கள் மாறுபட்ட சமூகத்தைக் கட்டமைக்க, உருவாக்க கவிதை எழுதுவதும் நிகழ்கிறது என என்னால் புரிந்து கொள்ள முடிகிறது. சாதியை ஒழிக்க சாதிமறுப்புப் பிரச்சாரம் கை கொடுப்பதைப் போல காதல் வழி சாதி கடந்த திருமணமும் கைகொடுக்கும் என்ற நம்பிக்கை இவ்விரண்டு கவிஞர்களிடமும் நிரம்ப இருக்கிறது.

அதன் ஒரு படி தாண்டி, திருமண பந்தத்தை அறுத்தெறியும் சிந்தனை இவர்களுக்குக் கவிதையில் சாத்தியமாக இருப்பது துவக்கத்தில் நாம் பார்த்த பாரதிதாசன் வழி "படைப்புக்கு முன் சிந்தனை" என்று சொன்னதும் அல்லது செய்து காட்டியதன் தொடர்ச்சியின் இன்றைய நிலை என்று கருதுகிறேன்.

1962 ஜனவரி மாதம் தி.க.சிவசங்கரன் தாமரையில் எழுதிய கட்டுரை (கல்கி இதழில் 20.8.1961)

மணிக்கொடி எழுத்தாளர் சிதம்பர சுப்பிரமணியன் முற்போக்கு எழுத்து குறித்து எழுப்பிய கேள்விக்குப் பதில் சொல்லியே எழுதியிருக்கிறார். மணிக்கொடி எழுத்தாளர்கள் பாரதியின் கொள்கைகளைப் பின்பற்றுகிறார்களா என்ற கேள்வியையும் எழுப்பியிருக்கிறார்.

எதார்த்த வாழ்வில், இலக்கியம் பல கோணங்களிலிருந்து அழகும், உணர்ச்சியும் ததும்ப பிரதிபலிக்கும். அப்படியான எழுத்துகளில் பலரை நாம் இன்று அடையாளம் காட்டலாம். எனக்குப் படிக்கக் கிடைத்த புத்தகங்களிலிருந்து இப்படியான இரண்டு பேர் கிடைத்திருக்கிறார்கள்.

60 ஆண்டுகளுக்குப் பிறகு இங்கு அழகியல், பிரச்சாரம் இரண்டும் ஒருங்கிணைந்து இருக்கிறதா? மக்கள் கலை, கலைக்கான கலை என்னவாக இருக்கிறது? என்ற கேள்விகளை நாம் அடுத்து வரும் பகுதிகளில் பார்க்கலாம்.

இப்போதைக்கு மேற்சொன்ன இரண்டு பேரின் கவிதைகளையும் நான் ‘ஹைப்ரிட்’ என்று வகைப்படுத்துவேன். வேறு இரண்டு தொகுப்புகள் குறித்து மீண்டும் பேசலாம்.

■

கலை அல்லது காமம் - 7

இதுவரை நாம் பார்த்து வந்த தற்கால கவிதை போக்குகள் குறித்த பின்னோக்கிய பார்வையில் 'முற்போக்கு' என்ற சொல் பற்றி தேடிப்போகலாம். சுதந்திரத்திற்குப் பின் ஆரிய எதிர்ப்பு, கடவுள் மறுப்பு, சாதி ஒழிப்பு, தமிழ் மொழியைப் போற்றுதல், பெண்ணுரிமை, சமுதாயத்தில் சமநிலையைக் கொண்டு வருதல் என்பனவற்றை அடிப்படையாகக்கொண்டு பாரதிதாசன் எழுதி வந்தார். இவருக்கு நேர் எதிராக கவிமணி தேசிய விநாயகம் பிள்ளை, நாமக்கல் கவிஞர், சுத்தானந்த பாரதி போன்றவர்கள் பாரதப் பண்பு, இந்திய தேசியம் முதலியனவற்றைப் பாடுபொருளாகக் கொண்டார்கள்.

இந்த இரண்டு போக்குகளின் பின்விளைவுகளாக, குறிப்பாக பாரதிதாசன் பாரதியிடமிருந்து பெற்று வந்த முற்போக்கு புரட்சிக் கருத்துகளை முன்வைத்து எழுதியதன் விளைவில் வாணிதாசன், புலவர் குழந்தை, முடியரசன், பெருஞ்சித்திரனார், சுரதா,

பொன்னடியான், தமிழ் ஒளி, கோவேந்தன், கண்ணதாசன் போன்றவர்கள் பாடினார்கள்.

ச.து.சு.யோகியார், தூரன், சோமு, கலைவாணன், சாலிவாகனன், கொத்தமங்கலம் சுப்பு, திருலோக சீதாராம், ரகுநாதன், தமிழழகன் போன்றவர்கள் வேறோர் உலகத்தைப் படைத்தார்கள். தமிழ்க் கவிதையின் உருவமும் உள்ளடக்கமும் பெரிய மாறுதலைக் கண்டது இவர்களால்தான் என்றும் சொல்லலாம். இந்தக் காலகட்டத்தில் அரசியல், சமூக சீர்திருத்தம், கடவுள் மறுப்பு, பெண்ணுரிமை, போன்ற கருத்துகள் முன்மொழியப்பட்டன.

பொதுவுடைமை, கட்சிசார்புடைய எழுத்தாளர்களாக கே.சி.எஸ்.அருணாச்சலம், பட்டுக்கோட்டை கல்யாணசுந்தரம் இருவரையும் முன் நிறுத்தலாம். குலோத்துங்கன், சாலை இளந்திரையன் இருவரையும் கட்சி சார்பற்ற முற்போக்குக் கவிதைகளை எழுதியவர்களாக நாம் பார்க்கலாம்.

எதார்த்தக் கவிஞர்கள் என்று இவர்களுடைய மொழிநடை வகைப்படுத்தப்பட்டால், மேற்சொன்னவர்களைத் தொடர்ந்து வந்து மானுட நெறியை முன்னிறுத்திய 'வானம்பாடிகள் குழு'வினரை எதார்த்த சிந்தனாவாதிகள் என்று சொல்ல முடியும்.

ஒரு சிறு பட்டியலை இங்கே சொல்ல வேண்டும். சிற்பி, அப்துல் ரகுமான், தமிழன்பன் போன்றவர்களைத் தொடர்ந்து செயல்பட்டவர்கள் அல்லது வானம்பாடிகளின் ஆதாரம் என்றும் சொல்லலாம். பொதுவுடைமைக் கருத்தை உயர்த்திப் பிடித்தவர்களில் முதன்மையானவர் 'ரகுநாதன்'.

இந்தப் பட்டியலும் மேலே சொன்ன இரு

பிரிவுகளும் அவ்வப்பொழுது மாற்றம் கண்டு வந்திருந்தாலும் நமக்கு பொதுவுடைமை இயக்கம் சார்ந்தும், முற்போக்கு கருத்து கொண்டுக் கவிதை உலகம் அல்லது தமிழில் புதுக்கவிதை மரபு துவங்கிய காலத்தில் ஏற்பட்ட பிரிவைத் தொட்டுப் பார்க்க உதவுகிறது.

இதற்கு முன் இருந்து வந்த உலா, தூது, பரணி, பிள்ளைத்தமிழ் முதலான சிற்றிலக்கிய வடிவங்கள் சற்று பின்னுக்குத் தள்ளப்பட்டு புதுக்கவிதை வடிவங்கள் முன்னெடுக்கப்பட்ட காலம் என்றும் சொல்லலாம். 60-களுக்குப் பிறகு எழுதவந்தவர்கள், இந்தக் கருத்துகளின் அடுத்தகட்டமாக பொதுவுடமை, மானுடத்தின் தேடல், தொழிலாளர் நலன், மதச்சார்பற்ற சமுதாயம் என்ற கருத்துகளை முதன்மைப்படுத்தினார்கள். இந்தக் காலகட்டத்தையும் இந்த வழியையும், நாம் 'முற்போக்கு இலக்கிய காலகட்டத்தின் துவக்கம்' என்று தமிழில் பார்க்கலாம்.

பொதுவுடைமை அரசியல் முன்னெடுப்பில் முன்னோடியாக விளங்கும் சிங்காரவேலரை எடுத்துக்கொண்டால், நாம் பெரியாரைத் தாண்டி அயோத்திதாசரிடம் போய் நிற்க வேண்டும். ஒடுக்கப்பட்ட மக்கள் பயன்படுத்தும் சொல்லான தலித் என்ற சொல்லை மராட்டிய மொழியில்தான் முதன்முதலில் பயன்படுத்துகிறார்கள்.

இங்கு வகைப்பாட்டுக்காக சில அரசியல் குழுவினர் அந்தச் சொல்லைப் பயன்படுத்தத் துவங்கிய பிறகு, 'தலித் இலக்கியம்' என்று பேசத் துவங்கினார்கள். அயோத்திதாசர் பௌத்தமும் சமணமும் இருந்த காலத்துக்கு முந்தைய 'சிரமண' மரபைப் பின்பற்றினார்.

இந்த அரசியல் முன்னெடுப்பு துவங்கி பல ஆண்டுகளுக்குப் பிறகு இங்கு தமிழ்ச் சிற்றிதழ்கள் குறிப்பாக சுபமங்களா, நிறப்பிரிகை, செம்மலர், தாமரை போன்ற இதழ்கள் தமிழ் நவீன இலக்கியப் பரப்பில் ஒடுக்கப்பட்ட மக்களுக்கான ஒரு புதிய வகைமையைக் கட்டமைத்து உருவாக்கினார்கள் என்றும் சொல்லலாம்.

மராட்டிய மாநிலத்தில் பூலேவும், அம்பேத்கரும் ஒடுக்கப்பட்ட மக்கள் மத்தியில் எழுச்சியை உண்டாக்கினார்கள். இதன் விளைவாக தலித் இலக்கியம் மராட்டியத்தில் தொடங்கியது என்ற பார்வையும் இருக்கிறது. 1969-இல் 'மராத்வாடா' என்ற இதழில் எழுந்த விவாதம் 'தலித் இலக்கியம்' என்ற பெயர் தோன்றியதற்குக் காரணம் என்றும் கூறுவார்கள்.

சாதி எதிர்ப்பு, ஒடுக்கப்பட்ட மக்களின் பிரச்சனைகளைப் பேசுவது, கலகம், ஒடுக்கப்பட்ட மக்களின் அரசியலுக்கு ஆதரவாகச் செயல்படுவது, பொருளாதார சமத்துவம், இறுதியாக மக்களின் விடுதலை. இவ்வாறான தன்மைகளைக் கொண்டு இவ்விலக்கியம் வகைப்படுத்தப்பட்டாலும் அவ்வப்போது தேவையான மாற்றங்களை மேற்கொண்டு இதைக் கையாள்பவர்கள் வருவதை நாம் பார்க்கலாம்.

இன்குலாப், பழமலை, மாக்ஸ் போன்றவர்கள் நேரடியான மக்களின் விடுதலைக்கு எழுதி செயல்பட்டு வருபவர்கள். ராஜ் கௌதமன், ரவிக்குமார், சிவகாமி போன்றவர்களும் தொடர்ந்து செயல்பட்டு வருபவர்கள் என்று சொல்லலாம்.

இவ்வகையான இலக்கியத்திற்கான அழகியலை, நாட்டார் வழக்கில் அல்லது வட்டார வழக்கில்

கட்டமைப்பது, அதன் தொடர்ச்சியாக இயங்குவது. புதிதாகத்தங்களுக்கான வரலாற்றை நிறுவுவது அல்லது எடுத்துரைப்பது. வழக்கில் பயன்படுத்தப் படாத அல்லது பொது வெளியில் பயன்படுத்தத் தயங்கும் சொல்லாடல்களைப் பயன்படுத்துவது. பின்பற்றப்படும் மரபுகளை உடைத்து எறிவது. மொழி, இலக்கியம், தத்துவம் போன்றவற்றின் மீது புதிய மதிப்பீட்டை உருவாக்கி, உருவாகியிருக்கும் மதிப்பீடுகளை உடைப்பது. இந்த வகையில் நாம் 'முற்போக்கு இலக்கியம்' பற்றி நேற்று எழுதிய ஆறாம் அத்தியாயத்தில் பார்த்தோம். இன்றைக்கு அதிலிருந்து சற்று வேறொரு பார்வையை தர வேண்டியிருக்கிறது.

இன்றைக்கு 'தலித்' என்ற சொல், அதன் அரசியலை முன்னெடுத்த அயோத்திதாசர், பின்பு இலக்கியத்தில் அதற்கான விவாதத்தை ஏற்படுத்தியவர்கள், இதழ்கள் அதைத்தொடர்ந்து எழுதியவர்கள் என்று பார்த்தபிறகு ஒரு கவிதைத் தொகுதியை, ஒரு கவிஞரை முன்வைக்கிறேன்.

தேன் இனிப்பது எல்லாருக்கும் தெரியாது

"மஞ்சள் கொடியுடன் என் காதல்"
கருந்தேனாய் நடுங்க வைக்கிறது
மாரடைக்க வைக்கும்
கரிய இருட்டு
கண்ணுக்கெட்டிய தூரத்தில் எரிகின்ற
விளக்கை நம்பி பயணிகிறேன்

சைக்கிள் கேரியரில் கட்டப்பட்ட
வெள்ளை ஆடாய்
உன்னோடு
மண முடித்த திங்கள் கழித்தே
தெரிந்தது
உன் தங்கை
எனக்கு அண்ணி என்று
அண்ணியின் அரவணைப்பும்
கல்யாண நாளில்
அம்மா தன் புடவையைப்
பரிசளித்தபோது மலர்ந்த சிரிப்பும்
உன்மேல் காதல் வரவழைத்தது
எங்கள் இரண்டு ஏக்கர் முந்திரித் தோப்பில்
நாம் ஒளிந்து ஒளிந்து
விளையாடும்
கனவை வளர்த்தேன்
நீயோ மஞ்சள் கொடியை
தலையில் கட்டி
சங்க மாநாட்டில் கோஷமிட்டு
களைத்துப் போய் வருகிறாய்
'அந்நியரோடு கூத்தாடலாம்
குடும்பம் நடத்த முடியுமா'
நீ தாங்கி வந்த பதாகை
தீயில் இட்டது
என் கண்கள் எழுதிய
கோடிக் கடிதத்தை

இரத்த வாடை

அன்பில் அரவமிடும்
பேரழிவின் தோழி நான்
பூ பாத்திரமாய்
மின்னும் முகத்தை மேனியிலேந்தி
பார்வையினூடாய்ப் பரிமாற வந்தேன்
காதலை
நீயோ
என் வீட்டுச் சீர்த்தட்டில் உலாவி
சொரைக்காய்க்கு உப்பில்லையெனப்
பிதற்றுகிறாய்
மடமைகளால் கட்டப்பட்ட
அழகான மாளிகை
உன் மூளை
இறந்த பாம்புகளை
உடலெங்கும் ஏந்தித் திரிகிறாய்
உடைமைகளாய்
பக்தி இயக்கக்கால
பாசுரம் நீ
நால்வரின் இறைவாழ்த்து
உன் காதல் மொழிகள் ஒவ்வொன்றும்
பிக்குகளைக் கழுவேற்றிய
கழுமரத்தின் கூர்முனையாய்
அதில் இரத்தவாடை வீசுகிறது
உன் அன்பும் அணைப்பும்

நிலமற்ற பறவை

அஸ்தமிக்கும் மேற்கே எனது கிழக்கு
சேவல்களால் புலராத என் விடியற்காலைகள்
கழனிக்காட்டில்தான் கண் விழிக்கின்றன
வீசியெறியப்பட்ட காய்ந்த பனம்பழமாய்
பிளவுறும் முதுகினின்று வழியும் வியர்வை
வயிற்றை நனைக்க
வேலமர நிழலுறங்கும் கவுதமிக்கு
அமுதுறுத்தித் தொடர்கிறேன் மீதிப்பொழுதை
பனி பசி புயல் மழை வெயில் குளிர் வலி இரவு பகல்
ஒரு பிடிச் சோற்றுக்கு உலகையே சுமக்கும் நானும்
நிலமற்ற பறவையே இம்மண்ணைப்போல்
அந்தி சாய்வதற்குள் ஆறு மைலைக் கடந்து
வீட்டை அடைந்து சோறு சமைக்கவும்
குழம்புக்கு கலவரப்பொழுதுகளின்போது
வாரைகளில் சொருகி வைத்த
மிளகாய்த் தூளைத் தேடியலைந்துமே
பொழுதுகழியும் எனக்கு
மதுக்கோப்பைகளின் மயக்கத்தில் திளைத்து
யோசிக்க நேரமில்லை
உடல்களின் நிர்வாணம் பற்றி.

அன்னாடங்காச்சி

கூடுகளைச் சுமந்தலையும் பறவையல்ல நாங்கள்
கொஞ்சும் பதாகைகள் தாங்கிய

மாடவீதிகளில் இல்லை
அழுக்காற்றின் ஓரங்களில் தான்
எங்கள் அரண்மனை
அந்தப்புரமும் அதற்குள்ளேதான்
கல்லறைகளின் மறைவுகளின்றி
நாங்கள் புணர்ந்து களைப்பதற்கு
பூக்களால் அலங்கரிக்கப்பட்ட
வாசமூட்டும் அறைகள் இல்லை
பறக்கும் இரயில் பாலத்திற்கோ
எழில்மிகு சென்னைக்கோ
எங்களைத்தான் இடம் பெயர்ப்பீர்
தின்று கொழுத்தவனின் தொப்பைபோல்
அடம்பிடிக்காமல் பறந்து செல்வோம்
செடிவிட்டுச் செடிபறக்கும் தும்பியென
சின்னக்கொடி குத்தி
எங்கொழந்தைங்ககிட்ட ஆரஞ்சு முட்டாய்
குடுக்கும்போது
உழுந்து உழுந்து சிரிப்போம்
உடம்புநோக சேர்த்தபணம்
பெருமாளுக்கும் ஐயப்பனுக்கும்
கொழந்தைங்க படிப்பு செலவுக்கு
சுரேஷ் பாதரிடம் தலை சொறிவோம்
புள்ளைக்குப் புரையேறினால்கூட
மசூதியில்தான் மந்திரிப்போம்
கொலங்கோயிலு இல்லாத எங்களுக்கு
புத்தர்தான் கொலதெய்வம்.

‘உமாதேவி எழுதிய கவிதைகள் இரண்டாவது தொகுப்பாக வந்திருக்கிறது. அவருடைய கவிதைகளில் அவர் முன்னெடுக்கும் அரசியல் வெளிப்படையான, நேரிடையான சொற்களால் எழுதப்பட்டிருக்கிறது. அவர் எழுத நினைக்கும் காதல், காமம், பிரிவு, சாதி எல்லாம் நேரிடையாகப் பேசப்பட்டிருக்கிறது.

இவருடைய சொற்கள் படிப்பவருக்குப் பலவிதமான உணர்ச்சிகளைத் தூண்டி வெவ்வேறு மன அமைப்பைக் கொடுத்துவிடுகின்றன. ஒரு பக்கம் மொழி, மற்றொருபுறம் வடிவம் இரண்டுமே உமாதேவியின் வசம் அவருடையதாக மாறிப் போய் விடுகிறது. எல்லாரும் எழுதிப் பார்த்த வகையிலிருந்து தனக்கென புதிய கோணத்தைத் தேர்ந்தெடுத்திருக்கிறார்.

வட மாவட்டத்தைப் பேசும் பொழுது மஞ்சள் வண்ணத்தை எதிர்மறையாகப் பயன்படுத்துகிறார். சென்னையைப் பேசும்போது துயர்மிகு வாழ்வை, மக்களைக் கண்டு வருந்தி தன்னையே பகடி செய்து, ஆற்றாமையை தும்பியாய்ப் பறந்து செல்வோம் என்று எழுதுகிறார்.

கையில் வைத்துப் படிக்கும் எனக்கு இந்தத் தொகுப்பில் காட்டப்படும் வாழ்க்கை புதிதல்ல. ஆனாலும் அந்த வாழ்க்கையை வாழ்ந்து பார்ப்பவர்களை இன்னமும் நாம் கொண்டிருக்கிறோம் என்ற பேரதிர்ச்சி, மீட்டெடுக்க என்ன செய்யப்போகிறோம் என்ற ஆற்றாமை எனக்குள்ளே தோன்றுவதை மறைக்க முடியவில்லை.

எப்பொழுதோ ஒரு காலத்தில் இருந்ததாக நினைத்துக் கொண்டிருப்பவர்கள், ஒருமுறையேனும் இந்தத் தொகுப்பைப் படித்துப் பாருங்கள்.

உங்களுடைய இன்னொரு முகம் கோரமாக, சீழ்வடிந்து, சகிக்கமுடியாத நாற்றத்தோடு, இருப்பதைக் கண்டு கொள்வீர்கள்.

உமாதேவி சகமனிதர்கள் மேல் கொண்ட அன்பினை, அவர்களுடைய வேதனையும் வலியும் பெற்று நமக்கு மொழிவழி கடத்துகிறார். எதார்த்த வாதம் தோன்றி பல காலமாகியிருந்தாலும் அதன் பயன்பாடு வேறுவேறாக இருப்பதை என்னால் உணர முடிகிறது.

ஒரு வாழ்வை அதனுள்ளிருந்து எழுதுபவர்களுக்கும் வெளியிலிருந்து பார்த்து எழுதுபவர்களுக்கும் பெரிய வித்தியாசம் இருக்கிறது என்றே நம்புகிறேன். செயல்பாடு வெவ்வேறானதுதான். சிந்தனை ஒன்றாக இருந்தாலும் கரம் கொடுத்து துணை நிற்கலாம். இரவு பிரிந்து வெவ்வேறு வாழ்க்கைக்குச் சென்றுவிட்டால் என்ன நிகழுமோ அப்படித்தான் இங்கே உமாதேவிக்கு மொழி கைகொடுத்திருக்கிறது. அதைத்தாண்டி வாழ்க்கை அதிகமாகவே கைகொடுக்கிறது.

வாழ்க்கை அனுபவம், அதிலிருந்து கிடைக்கும் அரசியல் எல்லாம் கவிஞருக்குப் பெரிதும் உதவி இருந்தாலும், இவ்விரண்டிலும் மொழி பெரிதாக அவருக்கு உதவவில்லை என்றுதான் நினைக்கிறேன். முன்பே நாம் பார்த்ததுபோல் அவருடைய மொழியை அவரே தீர்மானித்திருக்கிறார். அதுவே இத்தொகுப்பின் அழகியல்.

வேறொரு தொகுப்போடு தொடர்ந்து பேசுவோம்.

சீனிவாசன் நடராஜன்

கலை அல்லது காமம் - 8

'கோட்பாடு' என்பதை எப்படிப் புரிந்து கொள்வது? எளிமையாக, தமிழவன் போன்றவர்கள் நமக்கு எடுத்துக்காட்டுகிறார்கள். பாசிடிவிசம்(Positivism) என்ற இயற்கை விஞ்ஞான முறையையே தியரி(Theory) அல்லது கோட்பாடு என்று குறித்தார்கள்.

விஞ்ஞானம், தரவுகளை ஒழுங்குபடுத்தி, வகைப்படுத்தி பொதுமைப்படுத்தும். அதுபோல சமூகவியலும் மனிதனைப் பற்றிய தரவுகளை வகைப்படுத்தி பொதுமைப்படுத்தினால் தியரி, அதாவது கோட்பாடு உருவாகிவிடும் என்ற எண்ணத்துடன் துவக்க காலத்தில் செயல்பட்டார்கள்.

இந்தக் கோட்பாடு, மானுடவியல் உண்மையை விதிகளைக் கொண்டு கண்டுகொள்ளலாம் என்று கருதியது. இதில் இருந்த பின்னடைவு என்பது மனிதனையும் அவனுக்கு வெளியில் இருந்த பொருளையும் ஒன்றாகக் கணக்கிட்டது. மனித உணர்வு என்ற விஷயங்களைக் கணக்கில் கொள்ளாமல் விதி, பொதுமைப்படுத்திய கருத்தாக்கம்,

இவற்றுக்கும் சமூகத்திற்கும் இடையில் இருந்த இடைவெளியைக் கணக்கிடாமல் விட்டுவிட்டது பாசிடிவிசம் என்ற தியரி.

மற்றொரு தியரி, சமூக உண்மையை கருத்து பயன்படுத்துவதன் மூலம் தியரியை உருவாக்கலாம் அதாவது கோட்பாட்டை உருவாக்கலாம். சமூகத்திற்கும் மனிதனுக்கும் உள்ள இடைவெளியை இதன் மூலம் காண முடியும். மனித உணர்வு அல்லது மானுடவியல் முனைப்பு கவனிக்கப்படும் என்று கருதியது.

இந்தக் கோட்பாடானது கருத்து வயப்படுவதற்கு அதிகம் முக்கியத்துவம் கொடுத்தது. கருத்தாக்கத்தின் வலிமையைச் சார்ந்து நின்றதால் உணர்வுக்கும் உணர்வை வெளிப்படுத்தும் கருத்தாக்கத்திற்கும் இடையில் இருந்த இடைவெளி ஆய்ந்து பார்க்கப்படவில்லை.

இந்த இரண்டு குழுவிற்கும் பிறகு பிராங்க்பர்ட் (Frankfurt) சமூகவியல் குழு, விமர்சனக் கோட்பாடு என்ற சிந்தனையை ஃப்ராய்டிய ஆய்வு முறையியல் மூலம் பெற்று, மாற்றுக் கோட்பாடு ஒன்றை நிறுவினார்கள். மனித மற்றும் சமூக வயமான இணைப்புப் பொருள் ஒன்றின் (மொழி)ஆய்வு முறையைப் பயன்படுத்தி இதுவரை இருந்து வந்த எல்லாக் கோட்பாடுகளையும் விமர்சனம் செய்தார்கள் அமைப்பியலாளர்கள். குறிப்பாக மொழியை ஆய்வு செய்ததன் வழி.

'அமைப்பியல் கோட்பாடு' மனிதனுக்கும் சமூகத்திற்கும் உள்ள பொதுமைகள் எவை என்று பார்க்கிறது. மொழியியலில் நடந்துள்ள ஆய்வுகளைப் பயன்படுத்தி மனிதனைப் பற்றி அறிந்துகொள்ள, அவன்

பயன்படுத்தும் மொழியைக் கொண்டு ஆராயலாம் என்பது அமைப்பியல் வாதம். மொழியின் அமைப்பை ஆராய்வதன் மூலம் சமூகத்துக்கும் மனிதனுக்கும் உள்ள தொடர்பை ஆராய முடியும் என்ற கருத்து உருவானது.

மானுடவியல், மொழியின் அமைப்பைப் பயன்படுத்தி ஆய்வுகள் மேற்கொண்டது. மொழி அமைப்பை, மொழியைப் போன்ற அமைப்புகளை ஆராயும்போது வேறுவிதமான அமைப்பியல் சிந்தனையாளர்கள் உருவாகி வந்தார்கள். குறிப்பாக இலக்கியம், மார்க்சியம், சிந்தனையின் வரலாறு, தத்துவம், உளவியல், என்ற துறைகளில் மொழியியலைப் பயன்படுத்தினார்கள்.

"மொழிக்கும் அது குறிக்கும் பொருளுக்கும் உள்ள தொடர்பு என்று ஆராய்ந்தால், இலக்கியத்தில் படைப்பு தோன்றுவதற்கு எந்தக் காரணமும் தேவையில்லை. நேரடியான அனுபவமும் தேவையில்லை", என்றார் ரோலண்ட் பார்த்(Roland Barthes).

"ஒரு பொருளை அறிந்து கொள்வது என்பதும் நிஜமான பொருளும் வேறு", என்றார் அல்துஸ்ஸர் (Althusser).

"அமைப்பு தோன்றுவதற்குக் காரணம், மையம் தான். எனவே மையம் இல்லை என்று பிரகடனப் படுத்துவோம்", என்றார் டெரிடா(Derrida).

"மனிதன் முக்கியமில்லை; வாழ்க்கைதான் முக்கியம்", என்றார் லெவி ஸ்ட்ராஸ்(Levi-Stauss).

மனித இடையீடற்ற சொல்லாடல்களை, கருத்து சரித்திரத்தை விளக்கினார், ஃபுக்கோ(Michel Foucault).

மனித உருவாக்கம் அல்லது மைய உருவாக்கம் அல்லது கருத்து உருவாக்கம் ஆகியவற்றை மறுத்து, மொழியியலும், இன்றைக்கு இருக்கக்கூடிய அமைப்பியல், பின் அமைப்பியல் சிந்தனைகளும், அமைப்பியல் கோட்பாட்டை முன்வைக்கின்றன. பிரெஞ்சு நாட்டு தத்துவவாதி லியோடார்டு (Jean-FrancoisLyotard), போஸ்ட்மாடர்னிஸம் (Postmodernism) பற்றி அறிவித்தார்.

மனிதன், மையம், கருத்து இவை அனைத்துமே வெறும் கதைசொல்லல்தான். உண்மையுடன் தொடர்பற்ற ஓர் இழுப்புக்குத்தக்க மனம் தொடக்கம், உச்சம், முடிவு என்று பிரமை கொள்கிறதோ, உண்மை நிஜத்தோடு தொடர்பற்ற ஒரு இட்டுக்கட்டு தான்.

அர்த்தம் மற்றும் சொல் இவ்விரண்டிற்கும் இடையில் உள்ள தொடர்பு இட்டுக்கட்டுவது என்று நிறுவினார் லியோடார்டு(Lyotard).

மொழிக்கும் மொழியால் சுட்டப்படுவதற்கும் இடையில் இருக்கும் இடைவெளியை கருத்து நீட்சியால் பூர்த்தி செய்யாமல், மொழியின் தொடர்புறுத்தல் பண்பால்(communicative) இணைப்பது என்று நாம் புரிந்து கொள்ளலாம்.

இந்தக் கோட்பாடுகள் வழியே நாம் கண்டடைவது, அறிதல்/அறியப்படும் பொருள் என்ற இருமை, அவற்றின் இடைவெளி உடனேயே இணைக்கப் படுகிறது. அமைப்பியல் நெறியில் வரும் கோட்பாடு, அறிதலுக்கும் அறியப்படும் பொருளுக்கும் இடையில் இருக்கும் இடைவெளியை அங்கீகரித்து, அமைப்பியல் கோட்பாடு தன் பொருளாக மொழியையும் மொழி போன்ற கட்டமைப்புகளையும் காண்கிறது.

உண்மை மொழியால் விளக்கப்படுகிறது. மார்க்சியம், அரசியல், நாடகம், ஓவியம், கவிதை எல்லாம் மொழி அமைப்புகளின் விதி மூலம் விளக்கப்படுகின்றன. பிரதி(*Text*) அல்லது சொல்லாடல் (*Discourse*) என்று விளக்கப்பட்டன. இதை இன்னும் விரிவாக எழுதவேண்டும் தொடர்ந்து எழுதுகிறேன்.

ஏழு அத்தியாயங்களில் நாம் பார்த்தது போல் இல்லாமல் இதை முழுமையாகக் கொடுக்க வேண்டும் என்பதற்காக இந்த இடத்தில் நிறுத்துகிறேன் இதன் தொடர்ச்சியை இன்னொருநாள் எழுதிவிட்டு பிறகு கவிதைகளை எடுத்துக் கொள்ளலாம் என்று நினைக்கிறேன்.

கோட்பாடுகள் குறித்து இன்னும் விரிவாகப் பார்க்க வேண்டும்.

(மேலே உள்ள சில பெயர்கள் அல்லது விளக்கம் ஒரு சில தவறுகள் இருப்பின் பின்நாட்களில் திருத்திக்கொள்கிறேன்.)

தற்காலக் கவிதைப் போக்கிற்கும் கோட்பாடுகளுக்கும் தொடர்பு இருக்கிறதா? அப்படி இருக்குமாயின் எடுத்துக்காட்டுகளுடன் அதை நிறுவ முடியுமா? இதைப் பக்கம் பக்கமாக எழுதலாம். பல பெயர்களைக் கொடுக்கலாம். ஆனால் எளிமையாகப் புரிந்து கொள்ள முடியுமா என்று தெரியவில்லை. இருப்பினும் முயற்சிக்கிறேன்.

■

மொழிப் பெரும்பான்மை பண்பாட்டை அழிக்கிறதா?

'தமிழ்' என்ற சொல் தொல்காப்பியத்தில் 386 ஆவது பாடலில் இடம்பெற்றுள்ளது.

"தமிழென் கிளவியும் அதனோ ரற்றே"

தொல்காப்பியர் காலத்தை கிறிஸ்து பிறப்பதற்கு முன் என்று எடுத்துக்கொண்டால், தமிழ் மொழி ஆட்சிமொழியாக சுதந்திரத்திற்குப் பின் 1956-இல் சட்ட வடிவம் பெறுகிறது. இந்தியாவில் 3372 மொழிகள் பேசப்படுவதாக சொல்லப்படுகிறது. 18 மொழிகள் அதிகாரபூர்வமான அரசு மொழிகளாக அங்கீகரிக்கப்பட்டுள்ளன. அதிகம் பேர் பேசும் மொழிகளைப் பட்டியலிட்டால், ஐந்தாவது இடத்தில் தமிழ் மொழி இருக்கிறது.

மொழி குறித்து மு.வரதராசனார் இப்படிச் சொல்லுகிறார், "பேசப்படுவதும் கேட்கப்படுவதும் உண்மையான மொழி. எழுதப்படுவது அடுத்த நிலையில் வைத்துப் பார்க்கப்படும். கருதப்படுவதும், நினைக்கப்படுவதும், கனவு காணப்படுவதும்

மொழியே ஆகும். மொழி என்பதை பேச்சு, எழுத்து, எண்ணம் என்று எடுத்துக்கொள்ளலாம்."

மொழியியல் அறிஞர் சர் வில்லியம் ஜோன்ஸ் 1786-இல் இன்டிக் மற்றும் ஐரோப்பிய மொழிகளுக்கு இடையிலான உறவுகளை ஒப்பிட்டுப் பேசினார். மஸ் யென் மேற்கு ஐரோப்பாவிலிருந்து வட இந்தியாவிற்கு இது பரவி இருக்கலாம் என்று தன் ஆய்வு முடிவை வெளியிட்டார். இந்த மொழிக் குடும்பத்திற்கு இந்தோ-ஐரோப்பிய மொழிக் குடும்பம் என அவர் பெயரிட்டார்.

இராபர்ட் கால்டுவெல், இந்தோ-ஐரோப்பிய மொழிக் குடும்பத்திலிருந்து திராவிட மொழிக் குடும்பம் முழுமையாக வேறுபட்டது எனக் கூறினார்.

வில்லியம் ஜோன்ஸ் 1786-இல் இந்தோ-ஐரோப்பிய மொழிகள் பற்றி ஆராய்ந்து சொன்னதன் பிறகு, 1816-இல் ஆங்கிலேய நிர்வாக அதிகாரி பிரான்சிஸ் வைட் எல்லிஸ் தெலுங்கு மொழி குறித்து ஆராய்ந்து சொன்னபோது, தமிழ், தெலுங்கு, கன்னடம், மலையாளம் ஆகியவை தனித்த மொழிக் குடும்பம் என அறிவித்தார். இதன் பிறகு, இராபர்ட் கால்டுவெல் 12 திராவிட மொழிகளை ஆராய்ந்து 1856-இல் திராவிடர்கள், திராவிட மொழிக்குடும்பம் என்று குறிப்பிடுகிறார்.

தெலுங்குப் பேராசிரியர், மொழியியல் அறிஞர் பத்ரி ராஜு கிருஷ்ணமூர்த்தி திராவிட மொழியியல் ஆராய்ச்சிக்கான அடித்தளத்தை அமைத்தார். இதன் அடிப்படையிலேயே இன்டிக் மொழிகள் பல்வேறு குடும்பங்களாகப் பிரிக்கப்பட்டன. குறிப்பாக, இந்தோ-ஐரோப்பிய மொழிக் குடும்பம். இந்தோ-ஆரியன் குடும்பம், ஈரானிய பிரிவு, ஜெர்மானிய

பிரிவு இவையெல்லாம் இந்தோ-ஐரோப்பிய குடும்பம் என்றும், இரண்டாவதாக திராவிடக் குடும்பம், மூன்றாவதாக ஆஸ்ட்ரோ-ஆசியாடிக், நான்காவதாக திபத்தோ-பர்மியம், ஐந்தாவதாக செமிட்டோ-ஹமிட்டிக் என்று பிரிக்கப்படுகிறது.

நம் நாட்டில் மக்கள் பயன்படுத்திய பிராகிருதம், புத்த மற்றும் ஜைன மதத்தினரால் கையாளப்பட்டது. பிறகு பிராகிருதத்தின் இடத்தை சமஸ்கிருதம் பிடித்துக்கொண்டது. மீண்டும் கிபி.400-இல் பிராகிருதத்தின் பேச்சு வழக்கான ‘அபபிரம்சா’ முதன்மை இடத்திற்கு வந்தது. ஏழாம் நூற்றாண்டில் அபபிரம்சா என்ற பேச்சு மொழியில் இருந்து, ஹிந்தி மொழி உருவானது.

மொகலாயர்களின் அரசவையில் இருந்த அமிர்குஸ்ரு, கிபி.13-ஆம் நூற்றாண்டில் கவிதைகள், ஹெயின்டவி மொழியில் எழுதப்பட்டதாக சொல்கிறார்.

சிந்து நதிக்குக் கிழக்கே வாழும் மக்களைக் குறிப்பதற்காக பெர்சிய மொழியில் இருக்கும் ‘இந்தி’ என்ற வார்த்தை பயன்பாட்டிற்கு வந்தது. பெர்சிய மொழியில் இந்தி என்றால், இப்பொழுது நாம் பயன்படுத்தும் ‘இந்தியர்’, ‘இந்தியா’ - வைக் குறிப்பதாக இருக்கிறது.

பின்நாட்களில் சமஸ்கிருதம், பிராகிருதம், பாரசீகம் மற்றும் அரபி மொழிகளைக் கலந்து இந்துஸ்தானி உருவாக்கப்பட்டது. இந்தி, தேவநாகரியில் எழுதப்படுகிறது. உருது, பெர்சோ - அராபிக் வரி வடிவில் எழுதப்படுகிறது.

பத்ரி ராஜு கிருஷ்ணமூர்த்தி, டிரமிலா(பழங்காலத் தமிழ்), ஆந்திரா(பழங்காலத் தெலுங்கு) ஆகியவை

கி.மு.4-ஆம் நூற்றாண்டில் இருந்ததாகக் குறிப்பிடப் படுகின்றன என்றும், கி.மு.11ஆம் நூற்றாண்டில் தென் திராவிட மொழி(பழங்காலத் தமிழ்), தென் மத்திய திராவிட மொழி(பழங்காலத் தெலுங்கு) ஆகியவை பிரிந்திருக்க வேண்டும் என்று தெரிவிக்கிறார்.

கி.மு.6-ஆம் நூற்றாண்டில் வேறு மொழிகளில் இருந்து, பழங்காலத் தமிழ் பிரிந்து வந்திருக்கலாம் என்று அவர் குறிப்பிடுகிறார். ஆகவே கி.மு.3-ஆம் நூற்றாண்டை ஆரம்பகாலத் தமிழ் மொழி உருவான ஆண்டாக அவர் உறுதிப்படுத்துகிறார்.

குண்டூர் மாவட்டத்தில் கண்டெடுக்கப்பட்ட பாட்டிபுரோலு வட்டெழுத்துப் படிமங்கள் கி.மு.4-ஆம் நூற்றாண்டு காலத்தைச் சேர்ந்தவை. இந்தப் படிமத்தில் காணப்பட்ட முதல் மொழி 'தெலுங்கு' என 2007-இல் தொல்லியல்துறை உறுதிப்படுத்துகிறது. இன்றைய நம்முடைய மொழியான தமிழின் தொன்மை பற்றி புரிந்து கொள்ள இவை உதவும்.

மு.வரதராசனார் சொன்னது போல, மொழி என்பதை பேச்சு, எழுத்து, எண்ணம் என்று எடுத்துக்கொண்டால், மக்களின் அன்றாடப் பயன்பாட்டிற்கு மொழி, கலை வெளிப்பாட்டிற்கான கருவியாக மொழி(பண்டிதர்களின் கற்பனைத் திறனுக்காக), பட்டய மொழியாக(ஆட்சி, அலுவல் மொழியாக) என்று புரிந்து கொள்ளலாம்.

ஒரு சமூகத்தின் கட்டமைப்பு, நாகரிக வளர்ச்சி, பண்பாட்டை அடிப்படையாகக் கொண்டது.பண்பாடு என்ற சொல் சங்க காலத்திலோ, வள்ளுவத்திலோ இல்லை. பண்பு+பாடு, பண்பெனப்படுவது பாடறிந்து ஒழுகல். பாடு என்றால் பெருமை உயர்வு. மற்றவர்களுடைய இயல்பை அறிந்து கொண்டு

அதற்குத் தக நடத்தல். பண்பாடு என்ற கலைச் சொல்லை ரசிகமணி டி.கே.சி உருவாக்கியதாக ஒரு செய்தி உண்டு. பண்பாடு என்பது மொழி வளமை, விருந்தோம்பல் பாங்கு, கலை வளம் ஆகியவற்றை உள்ளடக்கியது.

வேட்டைச் சமூகமாக இருந்து மேய்ச்சல் சமூகமாக மாறி, வேளாண் சமூகமாக வளர்ந்த போது, விவசாயம், கலை இலக்கியம், இலக்கணம் பிறந்தது. ஐவகை நிலங்கள் அகம் சார்ந்த வாழ்க்கை முறையை, புணர்தலும் இருத்தலும், ஊடலும், பிரிதலும், இரங்கலும் என வகுத்துக் கொள்கிறது. தொல்காப்பியம் சுட்டிக் காட்டும் பெருந்தெய்வ வழிபாடு, முருகனை, திருமாலை, இந்திரனை, வருணனை கூடவே கொற்றவை வழிபாடும் போற்றப்படுகிறது.

ஆசிவகம், நாகர்கள் குழுவாக இயங்குவதைத் தெரிந்து கொண்டோம். இங்கிருந்து தான் நமக்கான தனித்த, தாய்வழிச் சமூகக் கட்டமைப்பு துவங்குகிறது என எடுத்துக்கொள்ளலாம்.

கலைக்கு நாடு, மொழி, இனம், மதம் என்ற எல்லைகள் கிடையாது. கலைகளை நாம் ஆடல், கூத்து, கவின்கலை, இசை, பாடல் என பிரித்துக் கொள்ளலாம். ஒவ்வொரு கலைப் பிரிவிற்கும் தொன்ம அடையாளங்கள் உண்டு. போர்க்கலை, இசைக்கலை, சிற்பக்கலை, வரைகலை, நாட்டியக் கலை என்று உட்பிரிவுகளையும் சொல்லிக்கொண்டே போகலாம்.

பண்பாடு, நாகரிகம் இரண்டிற்கும் மெல்லிய வேறுபாடு இருக்கிறது. பண்பாடு என்பது வாழ்வியல் முறை. ஒவ்வொரு மனித இனக்குழுவிற்கும் தனித்த

பண்பாடு இருக்கிறது. ஒரு சமூகத்தின் கலை, நம்பிக்கை, பழக்கவழக்கம், மொழி, இலக்கியம், விழுமியங்கள் ஆகியன அந்த குழுவின் பண்பாட்டுக் கூறுகளாக அமைந்துள்ளன. தனி மனிதனின் அடிப்படைத் தேவைகளை நிறைவு செய்பவை இவை. கல்வி கேள்விகளை கற்று, பயிற்றுவித்து, பயின்று சாதனமாகப் பயன்படுத்தும் முறை, குறியீடுகள் வழியாக வெளிப்படுத்தல் என மூன்று அடிப்படை வெளிப்பாடுகள் வழியாக, நாம் பண்பாட்டை தெரிந்துகொள்ளலாம்.

விருந்தோம்பல், பண்பாட்டு அடையாளமாகக் கருதப்படுகிறது. போர் செய்தல் பண்பாட்டு நெறியே. ஒரு நாட்டின் மனித சமூகம், பொதுப் பண்பாட்டில் கலந்து வாழும் அதேநேரத்தில், தங்களுக்கே உரித்தான தனித்த பண்பாட்டை வகுத்துக் கொண்டு வாழ்கிறது. இதை நாம் *Sub Culture* என்று குறிப்பிடலாம். *Multi Culture* என்பது பல்வேறு பண்பாடுகளைக் கொண்ட மக்கள், ஒரு நிலப்பரப்பில் கூடி வாழ்ந்து கலந்து கட்டிய சமூகத்தின் பன்முகத் தன்மையோடு இருப்பதைக் குறிக்கிறது.

நம் நாட்டில் இஸ்லாமியப் படையெடுப்பு, பிரெஞ்சு படையெடுப்பு, நாயக்கர் காலம், மராட்டியர் காலம், ஆங்கிலேயர் காலம், போர்ச்சுக்கீசியர் காலம் என தொடர் ஆட்சி மாற்றங்களும் குடியேற்றங்களும், அன்று தமிழ் நாட்டில் நிலவிவந்த தனித்த பண்பாட்டோடு ஒன்று கலந்து பன்முகப் பண்பாடாக மாறிப் போயின. அதேசமயத்தில் தங்களுக்குள்ளான தனித்த பண்பாடுகளையும் இனக்குழுக்கள் காப்பாற்றி வருகிறார்கள்.

தமிழ் நிலப்பரப்பில் ஆடை அணிவது, ஒப்பனை செய்து கொள்வது, உணவு, சமயக் கோட்பாடுகள்

ஆகியவற்றில் பல்வேறு மாறுதல்கள் நிகழ்ந்து, இன்று நாம் கலப்புப் பண்பாட்டில் வாழ்கிறோம். இதை நாம் பன்முகப் பண்பாட்டு நிலைப்பாடு எனக் கொள்ளலாம்.

ஓர் இனத்தின் பண்பாட்டு அடையாளங்களாகக் காட்டப்படும் பல கூறுகளில் மொழி ஓர் அங்கம். மொழி மட்டுமே ஓர் இனத்தின் பண்பாட்டு அடையாளம் அல்ல.

தமிழ்நாட்டின் நிலம் சார்ந்த அமைப்பு முறையும் கூட பண்பாட்டைத் தீர்மானிக்கிறது. மலை, காடு, சமவெளி, கடல், பாலை என ஐந்து வகையான நிலப்பகுதிகளும் தமிழ்நாட்டில் வாழும் மக்களின் பண்பாட்டைத் தீர்மானிப்பதைப் போல, மொழியின் வட்டார வழக்கையும் தீர்மானிக்கிறது. ஒவ்வொரு வட்டாரத்திற்கும் தனித்த பண்பாடு இருப்பதை, வட்டாரச் சடங்குகளில் இருந்து தெரிந்து கொள்ளலாம். வட்டார மொழியும் அதன் வழியாக கருத்தியலையும் சிந்தனா முறையையும் தீர்மானிக்கிறது. கலை வெளிப்பாட்டில் மாற்றம் நிகழ்கிறது. மொழியைக் கொண்டு ஓர் இனத்தைப் பொதுமைப்படுத்தி அடையாளம் காண முடியுமா என்ற கேள்வி இந்த அடிப்படையில் இருந்தே கேட்கப்படுகிறது.

உலகமயமாக்கல் வருவதற்கு முன்பே நாம்,

"உலகெலாம்...." எனத் தொடங்கும் செய்யுளை இயற்றி இருக்கிறோம்.

பரந்த மனப்பான்மைக்குச் சான்றாக,

"யாதும் ஊரே யாவரும் கேளிர்" என்ற சொற்றொடரைச் சொல்லலாம்.

"பெருங்கடல் வளைஇய உலகம்"

என்று கூறுகிறது குறுந்தொகை.

அக உணர்வில் இருக்கும் இத்தகைய சிந்தனா முறையை, நாம் நம்முடைய பண்பாட்டு அடையாளங்களில் ஒன்றாகக் கொள்ளலாம். பண்பாட்டுக் கூறுகளை அறிந்து கொள்ள சான்றுகளாக இலக்கியங்கள், கலைகள், அகழ்வாராய்ச்சி முடிவுகள், கல்வெட்டுகள், நாணயங்கள் போன்றவை பயன்படுகின்றன. இலக்கியம், கலை இவை இரண்டும் மக்களின் வாழ்வியலில் இருந்து, சிந்தனா முறையிலிருந்து, அக உணர்விலிருந்து பிறக்கிறது. இலக்கியத்திற்கும் வாழ்க்கைக்கும் நெருங்கிய தொடர்பு இருப்பது போலவே, அதன் பாடுபொருளுக்கும், கூறல் முறைக்கும், சிந்தனைக்கும் தொடர்பு இருக்கிறது. இதன் வழியாக கலை வெளிப்பாடுகளில், மொழி ஒரு கருவியாக மட்டும் இருப்பதை நாம் புரிந்துகொள்ளலாம்.

ஒரு பண்பாட்டின் தொன்மையை இலக்கியச் சான்று மட்டும் முடிவு செய்து விடாது. அது போல சுதந்திரத்திற்குப் பிறகான இந்தியா பல்வேறு பண்பாட்டுக் கலாச்சாரங்களைக் கொண்டிருப்பதைப் போலவே, மொழி வாரி மாநிலம் பிரிக்கப்பட்ட பிறகு, தமிழ்நாடும் பல்வேறு பண்பாட்டுக் கலாச்சாரங்களைத் தன்னகத்தே கொண்டிருக்கிறது.

பண்பாடு, கலாச்சாரம், நாகரிகம் இம்மூன்றுக்கும் இடையே நுண்ணிய வேறுபாடு இருப்பதை நாம் புரிந்து கொள்ள வேண்டும். ஒரு குழுவின் கலை, ஆற்றல், அறிவு, மதம், தத்துவம், இலக்கியம் போன்றவை பண்பாட்டையும், இப்படியான குழுக்கள் வாழும் சமூகத்தின் பொருளாதாரம், நீதி,

கலை அல்லது காமம்

மேலாண்மை, சட்டம், சமூகக் கட்டமைப்பு, பொது ஒழுக்கம் ஆகியன நாகரிகம் என்றும் எடுத்துக் கொள்ளலாம். இவ்விரண்டும் சேர்ந்து, அப்பகுதி மக்களின் கலாச்சாரத்தைப் பிரதிபலிக்கிறது. இதன் வழி நின்று இந்தியக் கலாச்சாரத்தைப் பன்முக கலாச்சாரம் என்று சொல்வதைப் போலவே, தமிழ் நாட்டின் கலாச்சாரத்தை பன்முகத்தன்மை கொண்டது என சொல்லலாம்.

மொழி, அதன் தொன்மம், அதன் பயன்பாடு, அதன் கலை வடிவம், பண்பாட்டுக் கலாச்சாரக் கூறுகளில் ஒன்றாக இருக்கும்போது, மொழியே பண்பாட்டு கலாச்சாரத்தின் அடையாளம் என்று வாதிட முடியுமா எனும் கேள்வியை இங்கு முன் வைக்கிறேன். இந்த இடத்திலிருந்துதான் மொழிப் பெரும்பான்மை பண்பாட்டு அடையாளங்களை அழிக்கிறதா? என்ற கேள்வி பிறக்கிறது.

ஓர் இனத்தின் கொள்கை, கோட்பாடு, நோக்கம், இலட்சியம், வாழ்க்கை முறை, பழக்கவழக்கம், சமூகச் சட்டங்கள், களவொழுக்கம், கற்பொழுக்கம், அகத்திணை புறத்திணை மரபுகள், இலக்கிய மரபு, அரசியலமைப்பு, ஆடை அணிகலன், திருவிழா, உணவு, பொழுதுபோக்கு, விளையாட்டு இவற்றை யெல்லாம் 'மொழிஆதிக்கம்' என்ற ஒற்றைச் சொல் சிதைக்கிறதா? இந்த இடத்தில் இருந்துதான் நாம் சிந்தித்து கேள்விகளை முன்வைக்க வேண்டியிருக்கிறது.

உலகின் எந்த மொழியாக இருந்தாலும், ஓர் இனத்தின் அடையாளம் மொழி என்ற அதிகாரத்தைப் பெற்று ஆதிக்கம் செலுத்தினால், அந்த இனத்தின் பண்பாட்டுக் கூறுகள் சிதைந்து போய், அந்த இனத்தின் அடையாளமே இல்லாமல் போவதற்கான

சாத்தியம் இருக்கிறது. இன்றைய பேச்சுத் தமிழ் அறிந்த மக்கள், தமிழின் செவ்வியல் காப்பியங்களைப் படித்து நேரடியாகப் பொருள் கொள்ளும் திறனை வளர்க்காதவர்கள். அது போலவே நவீன தமிழ் இலக்கியங்களைத் தீவிர வாசிப்புக்கு உட்படுத்தும் மனநிலை அற்றவர்கள் என்ற குற்றச்சாட்டை வைக்கும் பொழுதே, நமக்கு மலிந்த கலைகளை உயர்த்திப் பிடிக்கும் பெரும்பான்மை இருப்பது புரிந்து போகும்.

மொழி, பொழுதுபோக்கிற்காகவும் அன்றாடப் பயன்பாட்டிற்கும் என சுருங்கி, தன்னுடைய செவ்வியல் தன்மையை இழக்கும் இடத்தில் இருக்கிறது எனக் கொள்ளலாம். அறிவியல் மொழியாக ஆராய்ச்சிகளுக்கான இடத்திற்கு நகராமலும், பின் நவீனத்துவ காலத்திற்குத் தகுந்தாற் போல் புதுப்பித்துக் கொள்ளாததும், சமூகத்தின் எதிர் வரும் காலத்தின் சவால்களுக்கு ஈடு கொடுக்க முடியாமல் தேங்கிப் போய்விடுமோ என்ற அச்சத்தை உருவாக்கி இருக்கிறது (கணினித் தமிழ் உருவாகியிருக்கும் இந்த காலத்தில்).

இதன் காரணமாக தமிழ்நாட்டின் பன்முகத் தன்மை கொண்ட பண்பாடு, குறிப்பாக தமிழ்நாட்டில் சிறுபான்மை மொழிகளை (மலையாளம், தெலுங்கு, சௌராஷ்டிரா, உருது, கன்னடம், ஆங்கிலம்) தாய்மொழியாகக் கொண்ட மக்களின் பண்பாட்டினை அழிக்கிறதா? அதே போல தமிழ்மொழி பேசும் மக்களின் வட்டாரப் பண்பாடுகளை அழிக்கிறதா? சிறுபான்மை மக்களின் பண்பாடுகளை அச்சுறுத்தி, அழித்து ஒழிப்பது போல, தன்னிடம் இருந்த வளமையான பண்பாட்டு கூறுகளையும் மெல்ல

மெல்ல சிதைத்து, மலினப்படுத்தி வருகிறதோ என்ற அச்சம் உருவாவதைத் தவிர்க்க முடியவில்லை.

கவின்கலைகள் பண்பாட்டில் சிறந்த இடத்தைப் பெற்றிருந்த காலம் போய், இன்று கவின்கலைகள் அழிவுற்று, நசிந்து போய் இருப்பதை பார்க்கிறோம். கலைகள் வளர்வதற்கு மக்கள் எவ்வளவு உழைத்தாலும், அரசின் ஆதரவு இல்லாமல் போனால் வளர்த்தெடுக்க முடியாது. அரசின் கொள்கை, மொழிக் கொள்கையாக மட்டும் சுருங்கிப் போய் விட்டால் கலைகளைப் பாதுகாப்பது எவ்வாறு? கலைகள் பாதுகாக்கப்படாவிட்டால், ஓர் இனக் குழுவின் பண்பாட்டு அடையாளம் தானே அழிந்து போய்விடும். அப்படி நாம் இன்று அடையாளங்களற்று நிற்கிறோமா?

நன்றி : கூடு ஆய்விதழ்

தமிழக ஓவிய மரபு

பாரத நாட்டில் தொன்மையான ஓவிய மரபு குறித்து அறிய முற்படுகையில், ஒரு மாணவனாக நாடு முழுவதும் தேடிப் பயணித்த நாட்கள் என் நினைவிற்கு வருகின்றன. நம்முடைய தொன்ம அரசியல் எல்லையை, இன்றைய இந்தியாவுடன் பெர்சியா, ஆப்கானிஸ்தான் போன்ற நாடுகளையும் சேர்த்து கற்பனை செய்து, அதில் பயணிக்கும்போது பலரின் வழிகாட்டுதல்கள் நமக்கு கிடைக்கப் பெறுகின்றன.

டாக்டர். ஆனந்த் கெண்டிஷ் குமாரசாமி, ஒரு ஜியாலஜிஸ்டாக தன் வாழ்க்கையைத் தொடங்கினார். இவருடைய குறிப்புகளில் இருந்து கீழைத்தேய நாடுகளின் கலை மரபுகள் குறித்த பார்வைகள் நமக்குக் கிடைக்கின்றன. குறிப்பாக தமிழக ஓவிய மரபு குறித்தும் நாம் தெரிந்து கொள்வதற்கு உறுதுணையாக இருக்கின்றன. இலங்கையிலிருந்து இந்தியா வந்த இவர், இந்தியா முழுவதும் சுற்றுப்பயணம் மேற்கொண்டு பல கலைப் பொருட்களைச் சேகரித்து, பின்னர் பாஸ்டன் சென்று

கலை அல்லது காமம்

அங்கு ஆனந்தகுமாரசாமி மியூசியத்தை நிறுவுகிறார். இதற்கு முன்பாக, அவர் கலை சார்ந்து, குறிப்பாக ஓவியம், சிற்பம் குறித்து பல நூல் தொகுப்புகள் எழுதியுள்ளார். ஆங்கில தொல்லியலாளர்களின் குறிப்புகளை அடுத்து தமிழ் மொழியில் நமக்குக் கிடைத்திருக்கும் குறிப்புகளையே நாம் முழுமையானதாக எடுத்துக் கொள்ள வேண்டும்.

தமிழ் மொழி பேசும் நிலப்பரப்பின் அரசியல் எல்லைக்கு உட்பட்டு, தமிழ்நாட்டின் ஓவியத் தொன்மையை எடுத்துச்சொல்ல இரண்டு விதமான ஆதாரங்களை நாம் முன் வைக்கலாம். முதலாவதாக, பழைய கற்காலம், இடைக் கற்காலம், புதிய கற்காலம் என கிடைக்கப்பெற்ற தொல்லியல் ஆதாரங்கள்.

இரண்டாவதாக, மொழி வழிநின்று, இலக்கிய ஆதாரங்கள்.

அக்காலங்களின் ஆதாரங்களாக, பாறை ஓவியங்கள், கல்திட்டைகள், மனிதர்கள் குழுக்களாக வாழ்ந்த அடையாளங்கள் என நமக்கு இந்தியா முழுவதும் கிடைக்கப்பெறுகின்றன. இவற்றை ஆதாரமாக எடுத்துக் கொண்டால், மத்தியபிரதேச மாநிலத்தில் இருக்கும் 'பீம்பேட்கா' பாறை ஓவியங்கள் தான் தொன்மையான பாறை ஓவியங்கள் இருக்கும் இடம்.

கி.பி.1868-இல் அலெக்சாண்டர் கன்னிங்காம் என்ற பிரிட்டிஷ் தொல்லியலாளரின் தலைமையில் முதன்முதலில் பாறை ஓவியங்கள் கண்டுபிடிக்கப் பட்டன. அதனைத் தொடர்ந்து இந்தியா முழுவதும் ஏராளமான பாறை ஓவியங்கள் கண்டறியப்பட்டுள்ளன.

தென்னிந்தியப் பகுதிகளில், கேரளாவின் வயநாடு பகுதியில் எடக்கல் குகைகள் இருக்கிறன. இங்கு பாறை ஓவியங்கள் காணக் கிடைக்கின்றன.

'மதராஸ் ஸ்டேட்' என்றழைக்கப்பட்ட நிலப்பரப்பில் குறும்பவரை, குமுதிபதி, மகராஜகடை, கீழவளவு, ஓரமணங்குண்டா, வெள்ளிக்கோம்பை, கீழ்வாளை, ஆலம்பாடி என்று 30-க்கும் மேற்பட்ட இடங்களில் பாறை ஓவியங்கள் சான்றுகளாகக் கிடைத்திருக்கின்றன. கீழ்வாளை அருகில், நமக்கு மனித உடற் கூறுகள் வரையப்பட்டிருக்கும் ஓவியங்கள் காணக் கிடைக்கப் பெறுகின்றன.

இவை எல்லாம் கிறிஸ்து பிறப்பதற்கு 3,000 ஆண்டுகளில் இருந்து 35,000 ஆண்டுகள் வரை முற்பட்ட பழமையான ஆதாரங்கள்.

இவ்வாறான ஆதாரங்களில் இருந்து, நமக்கு மனிதக்குழு வாழ்ந்த சுவடுகள் கிடைக்கப்பெறுகின்றன. மனிதக் குழு இரண்டு பெரும் பிரிவுகளாக வாழ்ந்ததை பாறை ஓவியச் சுவடுகள், நமக்குத் தெரியப்படுத்துகின்றன. வேட்டையாடும் காட்சிகளும், வேளாண் விவசாய காட்சிகளும் என இரு பெரும் பிரிவுகளாக மக்கள் வாழ்ந்ததைப் புரிந்துகொள்ள முடிகிறது.

மனித நாகரிகம் வளர்ச்சி பெறுவதையும், அதில் ஓவியத்திற்கு பிரதானமான பங்கு இருப்பதையும் இவ்வாறான ஆதாரங்களின் மூலம் நாம் அறிந்து கொள்ளலாம். இரண்டாவதாக, நாம் பார்த்த தொன்ம அடையாளங்கள் என்பன, மொழிவழி நின்று, நம்பிக்கை, கலாச்சாரம், நாகரீகம் என பகுத்துப் பார்க்க வேண்டிய ஆதாரங்கள்.

குகை ஓவியங்கள், குடைவரை ஓவியங்கள் என்று எடுத்துக்கொண்டால், இன்றைய இந்திய நிலப்பரப்பில் 'அஜந்தாகுகை' தென்னிந்தியாவில், தமிழக நிலப்பரப்பில், வரலாற்றுக் காலத்தில் கிபி.550-க்குப்

பின், பல்லவர்களின் ஓவியங்கள் காஞ்சிபுரத்தில் கைலாசநாதர் கோவிலில் பார்க்கக் கிடைக்கின்றன.

அதன்பிறகு, 3 அல்லது 5-ஆம் நூற்றாண்டில், பாண்டிய மன்னன் அரிகேசரி மாறவர்மனால் சித்தன்னவாசல் ஓவியங்கள் உருவாக்கப்பட்டிருக்கலாம் எனத் தெரியவருகிறது. கைலாசநாதர் கோயில் ஓவியங்களும், பனைமலை ஓவியங்களும், சித்தன்னவாசல் ஓவியங்களுக்கு முந்தைய காலத்தவை.

இராஜசிம்ம பல்லவன் காலம் கி.பி.720. மகேந்திர வர்மப் பல்லவன் கி.பி.520, "விசித்திர சித்தன்" என்றும் அழைத்தார்கள். இக்காலகட்டத்தில் தீட்டப்பட்ட ஓவியங்கள் குறிப்புகளோடு நமக்கு கிடைக்கப் பெறுகின்றன. இதன் பிறகுதான், நமக்குக் கிடைத்திருக்கும் தஞ்சைப் பெரியகோவிலின் காலம் வருகிறது. இதை கி.பி.10 -ஆம் நூற்றாண்டு என்று வரையறை செய்து கொள்ளலாம்.

தென்னிந்திய நிலப்பரப்பில் நமக்குக் கிடைக்கப் பெற்ற இவ்வகைப்பாட்டினை, இந்திய அளவில் நமக்கு கிடைக்கும் ஆதாரங்களோடு ஒப்பிட்டால், இந்திய நுண் ஓவியங்கள் அதாவது 'மினியேச்சர் பெயிண்டிங்' என்ற வகை ஓவியங்கள் கி.பி.4-ஆம் நூற்றாண்டில் இருந்து, நமக்கான ஆதாரங்களாக கிடைக்கப் பெறுகின்றன. அவ்வோவியங்களில், கருப்பொருளாக காமசூத்ரா, விஷ்ணு தர்மோத்ரா, பரதாஸ் நாட்டிய சாஸ்திரா போன்றவை இருக்கின்றன. இவ்வகை ஓவியங்கள், தொடர்ச்சியாக வரையப்பட்டு இன்றும் காணக் கிடைக்கின்றன.

"ரூப பேத பிரமாணனி......" எனத் தொடங்கும் பாடலே, இந்திய ஓவிய சாஸ்திரத்தைக் கூறும் தொன்ம சூத்திரமாக எடுத்துக்கொள்ளப்பட்டிருக்கிறது.

இதன் வழி நின்று நாம் இந்தியாவின் ஓவியங்களை அறியலாம்.

தமிழ் மொழி பேசும் நிலப்பரப்பின் அரசியல் எல்லைக்கு உட்பட்டு, தமிழ்நாட்டின் ஓவியத் தொன்மையை ஆராயலாம்.

இரண்டாவது ஆதாரமாக இருக்கும், மொழிவழி நின்று கிடைக்கப்பெற்ற, இலக்கிய ஆதாரங்கள். தொன்ம அடையாளங்கள் என்பன பாறை ஓவியங்களாகவும் குகை ஓவியங்களாகவும் கிடைக்கப்பெற்ற சான்றுகளுக்குப் பிறகு, பல்லவர் கால சுவர் ஓவியங்களும், சோழர், நாயக்கர், அதன் பிறகு வந்த அரசுகளின் ஓவியங்களையும் சுட்டிக்காட்டிய பிறகு, தஞ்சாவூர் பெரியகோவிலின் உள்அடுக்குகளில் இருக்கும் பிற்கால சோழர் கால சுவர் ஓவியங்களும், அதன்பிறகு, காலத்தால் முற்பட்ட சமண பௌத்த ஓவியங்களும் நமக்குக் கிடைக்கப் பெறுகின்றன.

இதனைத் தொடர்ந்து, கிழக்கிந்தியக் கம்பெனி இந்தியாவிற்குள் நுழைந்து கி.பி.1700-க்குப் பிறகு, 'கம்பெனி பெயிண்டிங்' என்ற முறை உருவானது. குறிப்பாக 'வில்லியம் ஹாட்ஜஸ்' கி.பி.1780-ஆம் ஆண்டில் மதராஸில் இருந்து, பதிப்பு ஓவியமுறையை உருவாக்கினார். இதனைத் தொடர்ந்து, நமக்கு மதராஸ் கலைப் பள்ளி துவக்கப்பட்டது.

'சார்லஸ் கோல்டு' மதராசை வரைந்த ஓவியங்கள் கி.பி.1791-ல் 'ஓரியண்டல் டிராயிங்ஸ்' என்ற தலைப்பில் வெளிவந்தன. இவரைத் தொடர்ந்து கி.பி.1786-ல் 'தாமஸ் டேனியல்' கேமரா அப்ஸ்கியூரா என்ற கருவியைப் பயன்படுத்தி தத்ரூப வகை ஓவியங்களை உருவாக்கினார்.

இப்படி, நமக்கு ஐரோப்பிய பாணி ஓவியக்கலை வந்து சேர்ந்தது.

விஜயநகர, நாயக்கர் கால சுவரோவியங்களைப் பற்றி அவசியம் தெரிந்து கொள்ள வேண்டும். அதற்கு முன் சங்ககால மக்களிடம் ஓவியம் வரையும் போக்கு, தனித்த ஓவிய பாணி இருந்ததா என்பதை, மொழிவழி நின்று, ஒருசில சங்கப்பாடல்களில் இருந்து தெரிந்து கொள்ள முடிகிறது.

சித்திரக்கூடம், சித்திரமாடம் இருந்ததை சங்கப் பாடலான புறநானூறு, 'சித்திர மாடத்து துஞ்சிய நன்மாறன்' என குறிப்பிடுகிறது.

'மாங்குடி மருதனார்' சித்திரமாடம் இருந்ததை,

"கயங்கண்ட வயங்குடை நகரத்துச்
செம்பியன் றன்ன செஞ்சுவர் புனைந்து"

என மதுரைக்காஞ்சியில் குறிப்பிடுகிறார்.

அதை போலவே, துகில் ஓவியம் பற்றிய குறிப்பு, அதாவது நிலக்காட்சியைத் துணியில் வரைந்தற்கான ஆதாரமாக, மதுரைக்காஞ்சியில்,

"நீலத்து அன்ன பைம்பயிர் மிசை தொறும்
வெள்ளி அன்ன ஒள்வீ உதிர்ந்து,"

(பாடல் எண்: 279-284) எனும் பாடல் குறிப்பிடுகிறது.

மேலும் சிறுபாணாற்றுப்படை,

"நறுநீர்ப் பொய்கை...."(பாடல் எண்: 68-70)

என்ற பாடல், நீர்நிலைகளை ஓவியமாக சுவரில் தீட்டி இருந்ததைப் பேசுகிறது.

தொடர்ந்து... நெடுநல்வாடை,

"வெள்ளி யன்ன விளக்குஞ் சுதையுரீஇ

மணிகண் டன்ன மாந்திரட் டின்காழ்ச்"

(பாடல் எண்: 110-115) என்ற பாடல், சாந்து கொண்டு சலமத்துப் பூசிய இல்லத்துச் சுவர்களின் அழகிய காட்சிகளை விவரிக்கிறது.

இதைப்போல சங்கப் பாடல்களில் பல இடங்களில் ஓவியம், ஓவியர், ஓவம், ஓவு, கண்ணுள் வினைஞர், துகிலிகை, வட்டிகை, படம் என்ற சொற்கள் கையாளப்படுகின்றன. இதன்வழி நாம் சங்ககாலத்தில் ஓவியங்கள் தீட்டப்பட்டிருப்பதை அறிந்து கொள்ளலாம்.

மு.வ அவர்கள், 'ஓவச் செய்தி' என்ற தலைப்பில், தனியாக ஒரு புத்தகம் ஒன்றை எழுதியிருக்கிறார். அதில், சங்க இலக்கிய அகப் பாடல்களில் காணப்படும் உவமைகளில், தலைவன் தலைவி குறித்து ஓவியத்தோடு ஒப்பிட்டு பேசும் உவமைகளுக்கான புதிய பழைய விளக்கங்களை விரிவாக ஆராய்கிறார்.

'தமிழக ஓவிய மரபு' என்பதை இன்றைய அரசியல் எல்லைக்கு உட்பட்ட தமிழ் பேசும் மக்கள் வாழும் நிலப்பரப்பில், தமிழ் மரபு ஓவியம் என்று அல்லது தமிழ் மரபின் தொடர்ச்சி என்று, எதைச் சுட்டுவீர்கள்?

கிபி.5-9 நூற்றாண்டுகளில் ஆண்ட பல்லவ மன்னர்கள் குறிப்பாக மகேந்திரவர்மன், தமிழ், தமிழர் மரபு ஓவியங்களை முன்மாதிரியாகக் கொண்டு ஓவியக்கலை மரபை உருவாக்கி இருப்பாரா என்பது கேள்விக்குறியே.

நமக்குக் கிடைத்திருக்கும் பனைமலை ஓவியங்களும், காஞ்சிக் கைலாசநாதர் ஓவியங்களும் இராஜசிம்மன் காலத்தைச் சேர்ந்தவை.

பல்லவர் காலத்திற்குப் பிறகு சோழர் காலத்தில் கிடைக்கப் பெற்ற தஞ்சை, தாராசுரம், புள்ளமங்கை ஆகிய கோவில்களில், சில ஓவியங்கள் கிடைக்கப் பெற்றுள்ளன. இவற்றை நாம் செவ்வியல் மரபு சார்ந்தவை என்று எடுத்துக் கொண்டால், அதன் பிறகு அவ்வகைப்பாடு தொடரப்படவில்லை. எனவே இதையும் நாம் தமிழர் மரபு என்று சொல்லமுடியுமா எனும் கேள்வி எழுகிறது.

இதன் பிறகு நமக்கு கிடைக்கப்பெறும் சான்றுகளில், விஜயநகர ஓவியம் பாணியில் கிடைப்பவை. இவை நாட்டார் மரபோடு இணைந்து தீட்டப்பட்டன. இதில் சமண மரபு, இராட்டிரகூட மரபு என எல்லாமும் கலந்து பின்பற்றப்பட்டு இருக்கும். இவர்களுக்கு பின் வந்த நாயக்கர்களும் மராட்டியர்களும், தமிழ் ஓவிய மரபு என்று எதையும் பின்பற்றவில்லை.

கி.பி.14-16 நூற்றாண்டுகளில் விஜய நகரமும், கி.பி.16-18 நூற்றாண்டுகளில் நாயக்கர்களும், அதைத்தொடர்ந்து நமக்கு திருப்புடை மருதூரில் கிடைக்கும் ஓவியங்கள் எல்லாம், தமிழர் மரபு ஓவியங்கள் என சுட்டிக்காட்ட இயலாது.

ஓவியம் தீட்டப்பட்ட முறையை, நாம் கோடு, உருவ அமைப்பு, வடிவம், நிறம், பரப்பு, வெளி என்று பிரித்து ஆராய்ந்தால், ஓவியம் வரையும் முறையில் நமக்கான அடையாளத்தை அல்லது நாம் என்று கற்பிதம் செய்துகொண்டிருக்கும் அடையாளத்தை தேடினால், விடை சொல்வது மிகவும் கடினம். கிடைக்கப்பெற்ற சான்றுகளில் இருந்து பதில் சொல்ல வேண்டும் என்று நினைத்தால், சோழர்கால ஓவிய மரபில் இருக்கும் திரிபுராந்தகர் ஓவியத்தை

மட்டும் நாம் சுட்டிக் காட்டி, தமிழர் ஓவிய மரபு என்று எடுத்துக்கொள்ளலாம். ஆனால், தமிழ் மரபு ஓவியங்கள் என்று தேடிக்கொண்டு போகும் கட்டுரையில், நாம் ஆராய்ந்திருக்கும் ஆதாரங்கள் வழி நின்று, ஓவியம் தீட்டப்பட்ட முறையினை விடுத்து, இவ்வகையான ஓவியங்கள் பேசும் கருத்தினை அல்லது கதைகளை எடுத்துக் கொண்டால், நமக்கு தமிழர் ஓவிய மரபு என்று ஏதாவது புலப்படுகிறதா என்று பார்ப்போம்.

பல்லவர் கால ஓவியங்கள் எல்லாம் சைவமரபுக் கதைகளை சமண பௌத்தக் கதைகளைப் பேசுகின்றன. விஜயநகர, நாயக்கர் கால ஓவியங்கள், இராமாயணக் காட்சிகளை, மகாபாரதக் காட்சிகளைப் பேசுகின்றன. மேலும் அந்தந்த காலகட்டத்தின் நாட்டார் வாழ்வையும் இணைத்து பதிவு செய்கின்றன.

மராட்டியர் ஓவியங்கள் பெரிதும், அரசர், அரண்மனை சார்ந்த காட்சிகளையே பிரதிபலிக்கின்றன.

எல்லாவிதமான ஓவியங்களிலும் மூன்று கருப்பொருட்கள் பொதுமைப்பட்டிருப்பதைப் பார்க்க முடியும்.

1. இராமாயணக் காட்சிகள்.

2. தசாவதாரக் காட்சி (அல்லது) மகாபாரதக் காட்சி.

3. சைவக் குறவர்களின் வாழ்க்கை (அல்லது) சிவ உருவங்கள்.

இதைப்போலவே, சமண பௌத்த சமயம் சார்ந்த காட்சிகளும் இடம்பெறுகின்றன. கருப்பொருளில் நாம் தொல்காப்பியர் காலத்து, இயற்கையை

வழிபடல், இயற்கையை ஓவியமாகத் தீட்டுதல் என்ற இடத்திற்கு, இவ்வகையான ஓவியங்கள் பொருந்தாத் தன்மையுடன் இருப்பதால், இவற்றை நம்மால் தமிழர் ஓவிய மரபு என்று சுட்ட முடியுமா?

இதனைத் தொடர்ந்து, இன்று நாம் பார்க்கும் பல சுவர் ஓவியங்களின் பாணியைத் தேடிப்போனால், முத்து விஜய ரகுநாத சேதுபதியின் பட்டாபிஷேகம் தீட்டப்பட்டுள்ள கி.பி.18-ஆம் நூற்றாண்டு காலத்தில் போய் நிற்போம்.

நாம் முன்னமே பார்த்த, கம்பெனி ஓவிய முறையும், இங்கே பயிற்சியில் இருந்த விஜயநகர, நாயக்க ஓவிய முறையும் கலந்து, ஒரு புதிய முறை உருவாகி இருப்பதை பார்க்க முடியும். இதை உதாரணமாகக் கொண்டு, ஒவ்வோர் ஆட்சிக் காலம் முடிந்த பிறகும், பயிற்சி பெற்ற ஓவியர்கள் அடுத்து வரும் ஆட்சியாளர்களின் ஓவிய முறைகளைக் கலந்து ஓவியங்களைத் தீட்டியிருக்கிறார்கள் என்ற ஊகத்தை சான்றாக்கினால், இராஜராஜசோழன் காலத்து ஓவியத்தைக் கூட, நம்மால் தமிழர் ஓவிய மரபு என்று சொல்லிவிட முடியாது.

கட்டுரையின் துவக்கத்தில் நாம் பிரித்து வைத்த மற்றொரு சான்றாக இருக்கும் பாறை ஓவியங்களை வேண்டுமானால், இன்றைய தமிழ்மொழி பேசும் மக்கள் வாழும் நிலப்பரப்பில், அக்காலத்தில் வாழ்ந்த மனிதக் குழுவினர் தீட்டிய ஓவியங்கள் என்று சொல்லலாம். அவற்றைத் தொல்காப்பியர் காலத்தோடு இணைப்பது கடினமான பணியே.

மனிதகுலத்தின் மேன்மைக்குக் கலையே அடிப்படை. கலையின் மேன்மைக்கு, இந்நிலப்பரப்பில் வாழ்ந்த மக்களின் பங்களிப்பே அடிப்படை. இந் நிலப்பரப்பில்

வாழ்ந்த மக்களின் கலை சார்ந்த வாழ்வியல் முறை நமக்கு தொன்ம அடையாளங்களோடு இன்றும் காணக் கிடைப்பது, நம் பெருமை. அம்மக்களின் கலைக்கான பங்களிப்பை, மொழி அடையாளத்தோடு பொருத்திப் பார்ப்பது என்பது, ஓவிய மரபில் இயலாத காரியம். மனிதகுலத்தின் தொன்மையிலிருந்து மொழிவழி நின்று நம்மைப் பிரித்து பார்ப்பது, உலகப் பொது மொழியாம் ஓவியத் துறைக்குப் பொருந்தாத் தன்மை உடையது.

மேலும், நம் தொன்ம அடையாளங்கள் எல்லாவற்றையும், இன்றும் அழித்தொழிக்கும் வேலையை விரைவாகச் செய்துகொண்டிருப்பதற்கு வெட்கப்பட வேண்டுமே அன்றி, பெருமை கொள்ள ஒன்றுமில்லை.

நன்றி : கூடு ஆய்விதழ், படைப்பு குழுமம்

122 சீனிவாசன் நடராஜன்

கும்மோணத்து வெத்தலையும் வாசனைச் சுண்ணாம்பும்

ஜெயமோகன், மனுஷ்யபுத்திரன், இளங்கோ கிருஷ்ணன் என்று நண்பர்கள் இருக்கும் இந்தக் கூட்டத்தில் காரல்மார்க்ஸ் எழுதிய ஒரு நாவல் குறித்துப் பேசுவது மகிழ்ச்சியாக இருக்கிறது. முதலில் வாசித்தது காரல்மார்க்ஸின் சிறுகதைத் தொகுப்பைத்தான். அவருடைய கட்டுரைகளை தொடர்ந்து வாசித்திருந்தாலும், 'ராக்கெட் தாதா' சிறுகதைத் தொகுப்பு மிகவும் பிடித்தமானது. 'வருவதற்கு முன்பிருந்த வெயில்' சிறுகதைத் தொகுப்பும் வாசித்திருக்கிறேன்.

'தீம்புனல்' நாவல் செறிவான புனைவு மொழியைக் கொண்டது. நேரடியாகக் கதையைச் சொல்கிறார். இந்த பாணி ஒரு நுட்பமான கதைக் களத்திற்குள் நம்மைக் கூட்டிச் சென்று, அதன் மடிப்புகளில் புதைந்திருக்கும் இரகசிய அறைகளைத் திறந்து காட்டுகிறது. மூர்த்தி என்ற சிறுவனைக் கதாபாத்திரமாக்கித் துவங்கும் கதை, அவனுடைய தாத்தா, அப்பா, தங்கை, அம்மா, சொந்தபந்தங்கள்,

சாதி சனங்கள், ஊர் அமைப்பு, தொழில் என்று விரியும் இந்த நாவலை, ஒரு குடும்பத்தின் கதை என்றும் புரிந்து கொள்ளலாம். நேரடியாகக் கதை சொல்லப்பட்டாலும், அதன் உள் அடுக்குகளில் ஒரு காலகட்டத்தை, சமூக ஏற்றத் தாழ்வுகளை, அரசியல் மாற்றத்தை, கலை, கலச்சாரம், கல்வி என அனைத்தையும் பதிவு செய்கிறது.

எங்கும் தொய்வில்லாத கதை. காவிரியின் கிளை நதிகளான வீரசோழனும், காவிரியும் வருகின்றன. ஊர் அமைப்பில் தஞ்சாவூர் ஜில்லா முழுவதும் ஒன்றுபோல் அமைந்திருக்கும். கோயில்கள், அதைச் சுற்றி ஊர்கள், சற்றுத்தள்ளி குடியானத் தெரு, ஊரின் ஒதுக்குப்புறத்தில் புறச்சேரி என்று வெவ்வேறு அளவுகளில் வெவ்வேறு திசைகளில் ஒன்றே போல் அமைந்திருக்கும் என சொல்லிவிடலாம்.

ஒவ்வோர் ஊரிலும் திருக்குளம் என்பது உயர்ந்த சாதிக்கும், கேணியும் அடிபம்பும் இடைநிலைக் குடியான சாதிக்கும், குட்டை பெரும்பாலும் புறச்சேரிக்கும் கால்நடைகளுக்கும் என்று பிரிக்கப்பட்டிருக்கும் ஊரமைப்பு.

கொஞ்சம் கொஞ்சமாக வாய்க்கால், வடிவாய்க்கால், பாய்கால், ஆறு என்று எல்லாம் முதல்மடையில் கோயிலும் கடைமடையில் புறச்சேரியும் என அமைந்திருக்கும்.

காற்று, சூரியன், நிலவு, நட்சத்திரம், மழை மட்டுமே இங்குப் பொதுவில் இருக்கும். பகலும், இரவும் பொதுவில் இருக்கும். சிறுதெய்வம் பெருந்தெய்வம் வழிபாடும் தெளிவாகப் பிரிக்கப்பட்டே கிடக்கின்றன. நம்பிக்கைகள், கல்வி, வேலைவாய்ப்பு, சுகாதாரம், அரசியல், கலை என்று

எல்லாமும் பிரிந்து கிடந்த காலத்தை நாவல் அழகாகச் சித்தரிக்கிறது.

கதையில், கதைக்கான காலம் மதராஸ் ராஜதானியில் இருந்து தமிழ்நாடு என்று பெயர் மாற்றம் பெறும் காலத்தில், கல்லூரிகளில் இருந்த புலவர் படிப்பு முடிவுக்கு வந்து, இளங்கலைத் தமிழ், முதுகலைத் தமிழ் என்று பெயர் (எம்.ஏ., பி.ஏ., தமிழ்) மாறி வருவதற்கு முந்தையதுதான்.

புலவர் படித்தவர்கள் அரசு வேலைக்கு வரலாம் என்று அழைப்பு விடுத்த 1967 காலகட்டம். அதற்குப் பிந்தைய 15-20 ஆண்டுகள், சிறுபிள்ளையாகக் கதையில் வரும் மூர்த்தி கதாபாத்திரத்தின் வளர்ச்சி, பெருநிலக் கிழார், குத்தகைதாரர், திராவிட அரசியல் எழுச்சியில் புதிதாக முளைத்த சாதிய அடையாளங்கள், ஆற்றில் நீர்வரத்து நின்றுபோய் மழை பொய்த்து விவசாயம் இல்லாமல் நொடித்துப் போன மூர்த்தியின் தாத்தா சோமுவின் கதைக்குள்ளே கதை விரிவடைகிறது. சோமு படையாச்சியின் வீழ்ச்சி வரையிலான கதை என்று எடுத்துக்கொள்ள முடிகிறது.

இந்தக் காலகட்டத்தை, திராவிட முன்னேற்றக் கழகம் இரண்டாகப் பிரிந்த(1972 என்றாலும்) 1977(எம்.ஜி.ஆர். ஆட்சிக்கு வந்த) காலத்தைத் துவக்கமாகக் கொண்டிருக்கிறது என்றும் எடுத்துக்கொள்ளலாம். அதற்குக் கோபால் என்னும் கதாபாத்திரம் சாட்சியாக நிற்கிறார்.

நேர்க்கோட்டுக் கதையாடல் அல்ல (நேரடியாக கதை சொல்லப்பட்டாலும்) என்பதால், மக்களின் உளவியல் பேசும் சந்தர்ப்பங்களில் செல்வி. ஜெயலலிதாவின் காலம் வரைக்கும் நாம் எடுத்துக்கொள்ளலாம்.

இடைநிலைச் சாதியின் பரிமாணங்களைக் குறிப்பாக உடையார்பாளையம் ஜமீன் போன்ற, அமைப்பில் இல்லாத ஒன்றுபட்ட தஞ்சை மாவட்டத்தின் செழிப்பான, கும்பகோணம் வட்டாரக் கிராமப்புறப் பகுதிகளில் வாழ்ந்த அல்லது வாழும் இடைநிலைச் சாதி விவசாயக் குத்தகைதாரர்கள் பெற்றுவந்த ஊர் மரியாதை, உட்சாதிப் பெருமிதம், உழைப்பு வழிக் கண்டடைந்த சொத்து, அதிகாரம், கல்வி, வழிபாடு, நம்பிக்கை எல்லாம் ஒரு தலைமுறையில் மாற்றம் கண்டு மருவிச் சிறு குறு விவசாயக் கூலியாக மாறும் வாழ்க்கையின் அடிப்படையை அதன் வேரில் ஆராய்கிறது நாவல்.

இங்கு தீம்புனல் நாவலின் கதையை நான் பேசப் போவதில்லை. மாறாக இந்த நாவல் எனக்குள் ஏற்படுத்திய தாக்கத்தை, கேள்விகளை, அரசியலை முன்வைக்கலாம் என்று நினைக்கிறேன்.

கதையில் மூன்று நான்கு அடுக்குகள் இருக்கின்றன. முதல் வாசிப்பில், பாலினம் சார்ந்த ஈர்ப்பு, அதன் உளவியல் சிக்கல்கள், இருபாலருக்குமான பாலியல் தொடர்பு என்று தொடரும். கதையில் வரும் பெண்கள், ஆண்கள், சிறுவர், சிறுமியர் என எல்லாக் கதாபாத்திரங்களிலும், அதனதன் இயல்பில் பாலியல் செயல்பாடுகளை, அதனதன் நியாயத்தோடு தன் இயல்பில் வெளிப்படுவதாக அமைத்து, தேவையற்ற புனித பிம்பக் கட்டுமானங்களை உடைத்திருக்கிறார், கார்ல் மார்க்ஸ்.

இரண்டாவதாக இருக்கும் அடுக்கு, தமிழ் சினிமா நாயகர்களில் ஏவிஎம்.ராஜன் நடித்த படங்களில் அவருடன் புஷ்பலதா இணைந்த படங்கள் சுவாரசியமானவை. வாழ்க்கையிலும் இருவரும்

இணைந்து வாழ்ந்தார்கள். கிறிஸ்தவ மதபோதகர்களாக மாறிப் போனார்கள் என்று கேள்விப்பட்டேன்.

புஷ்பலதா கொண்டை போட்டு அதில் பூச்சரம் வைத்து, கொசுவம் வைத்துச் சேலை கட்டி முந்தானையை இழுத்து இடுப்பில் சொருகிக் கணுக்காலுக்கு மேலே ஏற்றிக் கட்டிய புடவை விரிந்து ஆட, உடல் குலுங்கக் கேமராவின் பிரேமில் தன்னுடைய பின்னழகுப் பின்பக்கம் முழுவதையும் காட்டி, முகத்தை லேசாகத் திருப்பி, நம்மைப் பார்த்துச் சிரித்துக்கொண்டே நடனமாடுவார். திரை முழுவதும் அடைத்துக் கொண்டிருக்கும் உடல் முழுவதையும் காட்டி, பின்பக்கத்தை ஆட்டுவதைப் பல பாடல்களில் கண்டு மகிழ்ந்திருக்கிறோம். இப்படிக் கருப்பு வெள்ளைப் படங்களின் கதாநாயகிகளைப் பற்றிப் பேசிக்கொண்டே போகலாம்தானே.

தேவிகா, சௌகார் ஜானகி, சாவித்திரி, பானுமதி, விஜயகுமாரி, அப்படியே கொஞ்சம் பின்னால் நகர்ந்து டிஆர்.ராஜகுமாரி என்றெல்லாம் பேசிப் பார்க்கலாம்.

காஞ்சனாவின், “காதலிக்க நேரமில்லை... காதலிப்பார் யாருமில்லை...” பாடலில் வரும் நடன அசைவுகள் இப்படித்தான் ஏற்றிக் கட்டப்பட்ட முந்தானையை இடுப்பில் சொருகி, கொண்டை போட்டு பூவைத்த அலங்காரத்தில் மினுக்கும்.

இப்படி, 2020 நெட்பிளிக்ஸ் காலத்தில் பழைய கருப்பு வெள்ளைத் திரைப்பட நாயகிகளை முன்னும் பின்னும் அகண்ட திரையில் ஆடவிட்டுப் பார்த்திருக்கிறார், காரல்மார்க்ஸ் கணபதி.

சொல்லப்படும் கதை அல்லது கதை சொல்லும் பாங்கிற்கு(style), தமிழ்த் திரைப்பட உலகில் இயக்குநர் கே.எஸ்.கோபாலகிருஷ்ணனுக்கு என்று ஓர் இடம் இருக்கிறது. நம் எல்லாருக்கும் தெரிந்த குடும்பக் கதைகளை திரைக்கதையாக ஆக்கும் பொழுது, முந்தானையை வாயில் பொத்தி, பிழிந்து அழும் படி செய்வது அவருடைய பாணி.

இந்த நாவலைப் படித்தால், அப்படியொரு படத்தை, கருப்பு வெள்ளையில் பார்ப்பதைப் போன்ற உணர்வு ஏற்படுவதைத் தவிர்க்க முடியவில்லை. திரைக்கதையிலிருந்து தெருச் சண்டை, குடும்ப வறுமை, ஹாஸ்யம், வீரம், கொள்கை முழக்கம், வாய்ச் சவடால் எல்லாம் இந்த நாவலிலும் இருக்கின்றன.

ஆண், பெண், காமம், அறிவு, சாதி, பக்தி, கால்நடைகள், வீட்டுப் பறவைகள், செல்லப் பிராணிகள், உடை, உணவு, அரசியல், எல்லாம் பிரிந்து கிடந்து தத்தமது இயல்பால் ஒன்றாகக் கலந்து வேறொன்றாக உருப்பெறும் சமூக அரசியல் கட்டமைப்பைக் காரல்மார்க்ஸ் முன்வைக்கிறார்.

கதைக் களத்தை விஸ்தரிக்கும் காரணிகளாக விவசாயம், நிலஉடைமையாளர், குத்தகைதாரர், கூலித்தொழிலாளி என்று மூன்றாக, நான்காகப் பிரித்திருக்கிறார்.

மழையை நம்பி விவசாயம், ஆற்றை நம்பி விவசாயம், மோட்டாரை நம்பி விவசாயம் (நிலத்தடி நீர்) என்று மூன்றாகப் பிரிந்துகிடந்த காலமும் பேசப்படுகிறது.

மேலடுக்கில் இருந்த உயர்சாதி மக்கள்

கிராமங்களைக் கைவிட்டு நகரங்களுக்குப் புலம் பெயர்ந்த பிறகு, கிராமங்கள் இடைநிலைச் சாதிகளான குடியானவர்களிடம் குத்தகைக்கு வருகிறது. தாழ்த்தப்பட்ட சாதி மக்களைக் கொண்டு குடியானவர்கள் விவசாயம் செய்கிறார்கள். கிராமம் கொஞ்சம் கொஞ்சமாகத் தன் கோடுகளை அழித்துக் கொண்டு எப்படி ஒன்றோடொன்று கலந்துகட்டுகிறது என்பதுதான் நாவலின் அடிப்படை.

குடி படைகளின் சாதியக் கட்டுமானம் இறுகிய தன்மையோடு மாறுவதற்குக் கீழ்நிலையில் புறச்சேரியில் இருந்த மக்கள் கல்வி அறிவு பெற்று வேலைவாய்ப்புக் கிடைத்து மதிப்புமிக்க ஆசிரியர் போன்ற பணிகளுக்குப் போகின்றனர். அதன் விளைவாகப் புறச்சேரிக்கு உள்ளேயே உருவாகும் அக்ரஹாரத்துக் கலாச்சாரத்தை விரிவாகப் பேசி, எப்படி எல்லாம் குடியானவர்களுக்கும் அவர்களுக்குமான சாதியக் கலப்பு அல்லது சாதியக் கட்டுமான இறுக்கம் நிகழ்ந்தது என்பதை அலசுகிறது நாவல்.

மற்றோர் அடுக்கில், இந்த நாவலை வாசிக்கும் வாசகனாக எழும் கேள்வி, "ஜி. கார்ல்மார்க்ஸ் இந்த கதையை ஏன் எழுத வேண்டும்? குறிப்பாக 2020 ஜனவரியில் எதற்காக வெளியிடுகிறார்?"என்று தேடிப்போனால், நாம் எல்லாரும் தெரிந்து வைத்திருக்கும் அல்லது மறந்து போயிருக்கக் கூடிய செய்திகளை உங்களுக்கு நினைவு படுத்தினால், விடை கிடைக்கும் என நினைக்கிறேன்.

இந்தப் புதினத்தை, மதராஸ் மாகாணத்தில் இருந்த, இப்பொழுதும் இருக்கும் சாதிய அடுக்குகளைத் தெரிந்து கொள்ளாமல் படிக்க முடியாது. சாதி மறுப்புக் கொள்கையால் ஈர்க்கப்பட்டு மறந்து

போயிருந்தால், சாதிய அட்டவணை ஒன்று எடுத்து வைத்துக் கொண்டு படிக்கத் துவங்குங்கள்.

அடுத்து, திராவிட நல உரிமைச் சங்கம் அல்லது பிராமணர் அல்லாதோர் சங்கம் தொடர்ந்து நீதிக்கட்சி, திராவிட இயக்கங்கள் போன்ற அரசியல் இயக்கங்களின் தேவை, கொள்கை, அவற்றின் இன்றைய நிலைப்பாடுகள் போன்றவற்றை நினைவுபடுத்திக் கொள்ளுங்கள். இதன் வழி நின்று இந்த நாவலைப் படித்தால், கார்ல்மார்க்ஸ் சொல்ல வரும் செய்தி சுலபமாகப் பிடிபட்டு விடும்.

பிராமணர் அல்லாதோர் ஒன்று கூடித் துவங்கிய நீதிக்கட்சி ஆரம்பிக்கப்பட்ட பின்பு அதன் தேவை எங்கே முடிவுக்கு வருகிறதுஎன்ற கேள்விக்கு விடை சொல்லும் முயற்சியாகவே இந்த நாவலை நான் பார்க்கிறேன். அண்ணாதுரை, திராவிட இயக்கத்திலிருந்து பிரிந்து, அரசியல் இயக்கத்தைத் துவங்குகிறார். அத்துடன் நீதிக் கட்சியின் தேவை தீர்ந்து போகிறதா? ஜனநாயகத்தில் தேர்தல் முறை, அதன் வெற்றி தோல்வியில் தீர்மானிக்கின்ற காரணியாகப் பெரும்பான்மை இருக்கிறது. பெரும்பான்மை வாக்காளர்கள், பெரும்பான்மை சமூக சாதிய வாழ்வியல் அடிப்படையை கொண்டிருப்பவர்கள். அண்ணா துவங்கிய இயக்கம், சமூக மாற்றத்தைக் கையில் எடுத்தது. பிற்காலத்தில் வந்தவர்கள் இதை வாக்கு வங்கி அரசியலாக இதை மாற்றினார்கள்.

1987-ஆம் ஆண்டுக்குப் பிறகு, நேரடியாகவும் மறைமுகமாகவும் சாதி வாரிக் கணக்கெடுப்பை எடுக்க அரசாங்கத்திற்கு அரசியல் இயக்கத் தலைவர்கள், அழுத்தம் கொடுக்கிறார்கள். பிராமணர்களின் ஆதிக்கத்தை எதிர்த்துத் துவக்கப்பட்ட நீதிக்கட்சியும், அதன்

தொடர்ச்சியாக அண்ணாவின் திராவிட இயக்கமும் இந்த இடத்தில் முடிவுபெற்றதாக எடுத்துக் கொண்டால், அதன் பிந்தைய காலங்களில் வாக்கு வங்கி அரசியல் பிரதானமாக்கப்பட்டு சாதிய சங்கங்கள், அரசியல் இயக்கங்களாக உருமாற்றம் அடைந்து, தங்கள் வலிமையை நிரூபித்து, அதிகாரத்தைக் கைப்பற்றும் முயற்சியைச் செய்யத் துவங்கினார்கள். தமிழ்நாடு முழுவதும் அவர்கள் எதிர்பார்த்த விளைச்சல் கிடைக்காமல் போனதால் வெவ்வேறு வழிகளில் அதிகார அமைப்பைக் கைப்பற்ற முயற்சித்து வந்தார்கள். அப்படியான முயற்சிகளில் ஒன்று, இரு பெரும் திராவிட அரசியல் இயக்கங்களின் தலைமையைக் கைப்பற்றுவது. காரல்மார்க்ஸ், இதைத் தெளிவாக இந்த நாவலில் நிறுவுகிறார்.

கூடவே பிராமணர்கள், ஆட்சி அதிகாரத்தில் நேரடியாக இல்லை. இடைநிலைச் சாதிகளால் தங்களை எதிர்க்கும் வலு குறைவாகவே இருக்கிறது எனவும், தெற்கே ஒரு சாதியும், வடக்கே ஒரு சாதியும் இருந்தால், இரண்டு பெரிய அரசியல் இயக்கங்களின் தலைமையையும் கைப்பற்ற முடியும். இதற்கு உதாரணமாக, இன்றைய அரசின் தலைமையைச் சுட்டிக்காட்டி எழுதுவதாகவே எனக்குத் தெரியவருகிறது. திராவிட இயக்கங்களின் நீட்சியாக இருக்கும் திராவிட முன்னேற்றக் கழகம் இனி தேவைப்படாது என்ற இடத்திற்கு, வாசிப்பவனை இந்த நாவல் நகர்த்துகிறதோ என நான் ஐயப்படுகிறேன்.

இதற்கான ஆதாரங்களாக நாவலில் வரும் கதாபாத்திரங்கள் சாதிய அடைமொழியோடு வலம் வருகிறார்கள். கூடவே, தெற்கே தேவர், கள்ளர்,

மறவர் என அங்கிருக்கும் சாதியக் கதாபாத்திரங்களையும் சேர்த்துக்கொள்கிறார். இந்தக் கதையில் வரும் கதாபாத்திரங்கள் 'படையாச்சி' என்ற சாதிய அடையாளத்தைத் தாங்கி வருகிறார்கள். வன்னியர் சங்கம், 1987-இல் ஏழு நாட்கள் நடத்திய சாலை மறியல் இந்நாவலில் பதிவு செய்யப்படுகிறது.

பிரதானமான கதாபாத்திரமான சோமு படையாச்சி ஒரு காங்கிரஸ்காரராகச் சித்தரிக்கப்படுகிறார். அவருடைய மகன் திராவிடக் கழகத்தின் தொண்டன். இதன் வழியாக இந்திய சுதந்திர போராட்டக் காலத்தில் இருந்து, இன்றைய சமூக மாற்றத்திற்கான போராட்டம் வரை, தங்களுடைய சாதிய மக்கள் பயன்படுத்திக் கொள்ளப்பட்டாலும், அவர்களுக்கான உரிய இடம், கல்வி, வேலைவாய்ப்பு போன்றவை கிடைக்கவில்லை என்று சொல்லுவதாக இக்கதை மையம் கொண்டிருக்கிறது.

இதன்பொருட்டு, ஆட்சி அதிகாரங்களில் கொள்கை வகுக்கும் இடத்தில் இருக்க வேண்டிய மக்கள், வெளியில் நின்று அழிவை நோக்கிச் செல்வதாக குறியீடுகளின் வழி, காரல்மார்க்ஸ் பதிவு செய்கிறார். இந்தப் புதினம், தலித்து மக்களைப் பார்ப்பனர்களின் இடத்தில் வைத்து இரண்டு சாதியும் ஒன்று என நிறுவி, ஆதாரமாக ரிசர்வ் தொகுதியை 1952 ஆண்டுக்கு முன்பிருந்தே இட ஒதுக்கீடு பெற்று வருவதைச் சுட்டிக்காட்டி , சோமு படையாச்சியின் சாதி வட தமிழ்நாட்டிலும், அதே போன்று தென் தமிழ்நாட்டில் இருக்கும் சாதியும் வஞ்சிக்கப்படுவதாக, கீழ்நிலையில் இருப்பதாக குறிப்பிடுகிறார்.

காவிரி நீர்வரத்து நின்றுபோய் விவசாயம் பொய்த்துப் போவதால், அந்தப் பகுதியில் மக்கள்

சாராயம் காய்ச்சுவது, அரசியலில் இருப்பது, சிறிய கடைகளுக்கு வேலைக்குப் போவது, திருடுவது என்று மாறிப்போய்விடுகிறார்கள். அதன் உப விளைவுகளைச் சாதியோடும் சாதியப் பின்னணியோடும் கலந்து கதை சொல்லப்படுகிறது. படித்த பிள்ளைகள் வேலையில்லாமல் திண்டாடுவதைச் சொல்லி, தாழ்த்தப்பட்ட தெருவுக்குள் படித்து வேலைக்குப் போன பறையர்கள் ஓர் அக்ரஹாரத்தை உருவாக்கிக் கொள்வதைச் சுட்டிக்காட்டி, நாவலாசிரியர் சாதிகளுக்குள் உருவாகும் உயர்சாதி மனோநிலையை அல்லது புதிதான உயர்சாதிகள் உருவானதை அழகாக எழுதிச் செல்கிறார் .

நாவலின் ஆரம்பம் முதல் கடைசிவரை சிறார்கள் குதூகலமாக வலம் வருகிறார்கள். பல்வேறு பெண்களின் வாழ்க்கை, மனநிலை, பொருளாதாரம், குடும்ப அரசியல் விரிவாகப் பேசப்பட்டிருக்கிறது. குறிப்பாக இரண்டு சாதி அடுக்குகளிலும் இருக்கும் பெண்களின் பாலியல் வேட்கை இயல்பாக வெளிப்படுத்தப்பட்டிருக்கிறது.

சரளமாகக் கெட்ட வார்த்தை பேசும் கதாபாத்திரங்கள் தங்கள் வட்டாரத்தின் மொழியில் அன்றாட வாழ்வில் கலந்துபோயிருக்கும் மொழியை நமக்குக் கடத்துகிறார்கள். கும்பகோணம் வட்டாரக் கெட்ட வார்த்தைகள் அத்தனை அழகாக இந்த நாவலில் பதிவாகி இருக்கின்றன.

உரையாடல்களில் தெறிக்கும் பாலியல் சொற்கள் இயல்பான நம் முன்னோர் வாழ்வை நினைத்து வியக்கச் செய்கிறது. எல்லா வகையிலும் நாவலில் வரும் சிறுவர் சிறுமியர் காலத்தைக் குறிப்பவர்களாகக் கால மாற்றத்தை இடைவெட்டி, அரசியல் புரிதலை

கலை அல்லது காமம்

உண்டு செய்பவர்களாக இருக்கிறார்கள். காரல்மார்க்ஸின் இந்த நாவலை இப்படிப் படிக்கலாம் அல்லது வேறுவிதமாகவும் படிக்க முடியும்.

ஜானகிராமனால் என்னவெல்லாம் எழுதப்பட்டதோ அதன் மற்றொரு முனையில் நின்று, ஆறாம் ஏழாம் நூற்றாண்டில் பக்தி இயக்கம் முன்னெடுத்த சைவ மடங்கள் வழி அல்லது தமிழ் மடங்கள் வழிப் பார்ப்பனர் அல்லாத சாதியக் கட்டுமானத்தின் மற்றோர் எழுச்சியின் தடுமாற்றமான காலகட்டத்தின் கதையைக் காரல்மார்க்ஸ் எழுதிப் பார்த்திருக்கிறார்.

நீதிக்கட்சியின் பார்ப்பனரல்லாதோர் சங்கமாக இருந்து, சுப்பராயன் அமைச்சரவையில் முதல் இடஒதுக்கீடு அரசாணை பிறப்பிக்கப்பட்டு, 1989திராவிட முன்னேற்றக் கழக ஆட்சிக் காலத்தில் பிற்படுத்தப்பட்டோர், மிகவும் பிற்படுத்தப்பட்டோர் என்றெல்லாம் 150-க்கும் மேற்பட்ட சாதிகள் பட்டியலிடப்பட்டுக் கல்வி வேலைவாய்ப்புகளில் அவரவர்க்குண்டான சதவிகிதம் பிரித்துக் கொடுக்கப்பட்ட தமிழ் நிலப்பரப்பில், குறிப்பாக ஒன்றுபட்ட தஞ்சாவூர்ப் பகுதிகளில், பாளையப்பட்டு ராவுத்தர் மிண்ட நயினார், புலிக்குத்தியார், நாயக்கர், படையாச்சி, கவுண்டர், பொறையர், என்றெல்லாம் போட்டுக்கொள்ளும் வன்னிய மக்களைத் தனித்தனியே பிரித்துப் பார்ப்பதுபோல, கள்ளர், தேவர், அகமுடையோர் என்ற முக்குலத்தோரைப் பிரிப்பதுபோல நத்தம்மார், உடையார், மூப்பனார் கொண்ட பார்க்கவகுலத்தை ஒருங்கிணைப்பது போல செட்டியார்களும், தேவாங்கச் செட்டியார், ஆரிய வைசியர், சைவச்செட்டியார், நாட்டுக்கோட்டை நகரத்தார் என்றும் இப்படிப் பார்ப்பனரல்லாத சாதிகளில் தமிழ் பேசுபவர் தமிழ் பேசாதவர் என்ற

பிரிவினையையும் உள்ளடக்கிச் சாதியப் பட்டியல் தயார் செய்யப்பட்டுத் தெளிவாக அரசின் எல்லா நிலைகளிலும் பங்கீடு செய்யப்பட்டுவிட்ட இன்றைய நிலையில், இந்த நாவல் வெள்ளந்தியாக மனிதனுடைய பண்பின் கடைசி எச்சம் தாங்கி நின்ற 80-களுக்கு முன் நடக்கும் கதைமாந்தர்களின் கதைகளை எடுத்துக்காட்டி, அதற்கு முன்பிருந்த காலம் வந்துவிடாதா எனப் பெருமூச்சு விடுகிறது என்றுகூட எனக்குத் தோன்றியது.

இந்தக் குடும்பக் கதையை வைத்துக் கொண்டு 1967-க்குப் பிறகு விவசாயத்தை நம்பி வாழ்ந்து வந்த சாதியப் பின்னடைவுகளை அழகாக எடுத்து எழுதுகிறார்.

விவசாயப் பெருங்குடி மக்களாக உருவெடுத்த இடைநிலைச் சாதிகள் எப்படித் தங்களின் பொருளாதாரத்தை உழைப்பின்வழி மீட்டெடுக்க முடியாமல் தத்தளித்தார்கள் என்றும், கல்வியிலும் வேலைவாய்ப்பிலும் அவர்களுக்கான உரிமை அரசிடமிருந்து கிடைக்கும்வரை எவ்வாறெல்லாம் வீழ்ச்சியைத் தாங்கிப் பிடித்தார்கள் என்றும் காரல்மார்க்ஸ் நுணுக்கமாக எழுதிப் பார்த்திருக்கிறார்.

இன்றைக்கு எதற்காக இந்த கதை எழுதி வெளியிடப்படுகிறது என நினைத்துப் பார்த்தால், காரல்மார்க்ஸ் நுட்பமாக ஒரு செய்தியை சொல்லுகிறார். சோமு படையாச்சியை முன் நிறுத்தி, உங்களுக்கு இடஒதுக்கீடு கிடைத்திருக்கலாம், நீங்கள் என்னவாக வேண்டுமானாலும் ஆகியிருக்கலாம். ஆனால், அரசியல் அதிகாரத்தில், கொள்கைகளை வகுக்கக் கூடிய இடத்தில் இரண்டு திராவிட இயக்கங்களிலும் பார்ப்பனர் அல்லாத தலைவர்கள்

வந்து விட்டார்கள். அந்த இடத்தை நாங்கள் கைப்பற்றி இருக்கிறோம் அல்லது கைப்பற்றுவோம். இன்றைய காலகட்டத்தோடு பொருத்திப் பார்த்தால், வட தமிழ்நாட்டில் பெரும்பான்மையாக இருக்கும் தாழ்த்தப்பட்ட மக்களை நேரடியாகச் சுட்டி, இந்தச் செய்தியைச் சொல்லுகிறார்.

நேரடியாக அகம் சார்ந்த உளவியல் சிக்கல்கள்வழி நின்று இன்றைய அரசியலை நாவல் பேசுகிறது. இடைநிலைச் சாதிகளில் இருந்து திராவிட இயக்கங்கள் முதலமைச்சர்களைப் பெற்று வந்திருந்தாலும் கடந்த நான்கு ஆண்டுகளில்தான் தமிழ்நாட்டின் பெரிய அரசியல் இயக்கத் தலைமைகள் இரண்டுமே இடைநிலைச் சாதித் தலைமையாக இருந்து கொள்கைகளை வகுக்கும் இடத்தில், சட்டமாக்கும் அதிகாரத்தில் இருப்பதை நாவலாசிரியர் உணர்ந்து நாவலை எழுதியிருக்கிறார். கதையும் அதனைத் தொட்டுக் காட்டியே செயல்பட்டிருக்கிறது.

நாவலில் வரும் கதாபாத்திரங்களில் இரண்டு சாதிகள் பற்றித்தான் பேசப்படுகிறது. குறிப்பாகக் குடியானத் தெரு என்று அழைக்கப்படும் படையாச்சி சாதியைச் சேர்ந்தவர்கள் வாழக்கூடிய பகுதியும், பறையர்கள் வாழும் பறத்தெரு என்று அழைக்கப்படும் பகுதியும் அதில் வாழும் மக்களுமே பிரதானமாக முன் நிறுத்தப்படுகிறார்கள்.

1987-ல் இடஒதுக்கீடு , பிற்படுத்தப்பட்டோருக்கான உரிமை அமுலுக்கு கொண்டு வந்த கட்சியை, வேறொரு கோணத்தில் இந்த கதை இடை வெட்டுகிறது. தலித்து மக்களை வளர்த்து விடுவதன் வழி, சோமு படையாட்சியின் சாதியை சமன் செய்வதாக குற்றம் சாட்டி, இனிவரும் காலங்களில்

அது நடக்காது என்று இந்த நாவல் வெவ்வேறு கதாபாத்திரங்கள் வழியாக உரக்கப் பேசுகிறது.

யாருக்கு எதிராக, எவருடைய எழுச்சியை இந்தக் கதை பேசுகிறது? "தோற்றுப்போன குடும்பத்தின் கதையைச் சொல்லி, அதையே ஆவணமாக முன்வைத்து ஆதாரங்களையும் முன்வைத்து, விவசாயம் தொழிலாக இருந்து நிலவுடமையாளர்களாக இல்லாமல் விரட்டப்பட்டவர்கள் நாங்கள். காவேரி செயற்கையாகப் பொய்த்துப்போனதால் வஞ்சிக்கப் பட்டோம். அரசு ஆணைகளால் பழிவாங்கப்பட்டோம். அன்றைக்கு இருந்த உயர் சாதி இன்றைக்கு இல்லை. உயர் சாதிக்கு இணையாகத் தங்களைப் பொருத்திக் கொண்டவர்களை, அதிகாரங்களைக் கைப்பற்ற விட மாட்டோம். நாங்களும் தென் தமிழ்நாட்டில் எங்களைப் போன்று இருப்பவர்களோடு இணைந்து, ஒரு புதிய வரலாற்றை படைப்போம்", என்று சொல்வதாகத்தான் இந்த நாவலின் உள் அடுக்கு அரசியல் இருக்கிறது என்பது, என் பார்வை.

நாவலைப் பற்றி சொல்ல வேண்டுமென்றால், மகிழ்ச்சியாக, படிக்கப் படிக்க சுவாரசியத்தைக் கூட்டும் மொழி அமைப்பு. கும்பகோணத்திற்கே இருக்கக் கூடிய கெட்ட வார்த்தை வசனங்கள். இயல்பான, எதார்த்தமான கதை அமைப்பு. வட்டார அழகியல் கொண்டது. சினிமாவின் தாக்கத்தால், ஒரு காலகட்டத்தில் விளைந்த பெயர்களை கண் முன்னே நிறுத்தும் கதாபாத்திரங்கள். மூன்று தலைமுறைக்கும் பெயர் வேறுபாட்டைக் கொண்டே, கலாச்சாரச் செழுமை கொண்ட கால கட்டத்தின் பெயர்கள், சினிமா மோகத்தால் விளைந்த பெயர்கள், அரசியல் கொள்கைத் தாக்கத்தால் வந்த பெயர்கள் என காலத்தை பெயர்களைக் கொண்டே அமைத்திருப்பது

பாராட்டுக்குரியது.

நிலம் சார்ந்த பதிவுகளாக கிருஷ்ணகிரி, தர்மபுரி துவங்கி தென் ஆற்காடு, வட ஆற்காடு வழியாக தஞ்சாவூர் ஜில்லா வரை கதை சொல்லப்பட்டிருக்கிறது.

கதைகளை எழுதிப் பார்ப்பது ஒரு மனநிலை, கதைகள் சொல்லிப் பார்ப்பது வேறொரு மனநிலை, கதைக்குள்ளேயே தன்னைப் பொருத்திப் பார்ப்பது, குறிப்பாகப் பாலியல் பகுதிகளில் இளம்பிராயத்துப் பாலியல் விளையாட்டுகளில், கதையைக் கதாபாத்திரத்தை வடிவமைக்கும்போதும் எழுதும் போதும் தன்னைப் பொருத்திக்கொள்ளும் மனநிலை ஆசிரியருக்கு இருப்பதைப் பல கதைகளில் நாம் பார்த்திருக்கிறோம்.

இப்படித்தான் ஆசிரியர் தன்னைப் பொருத்திக் கொள்கிறாரோ என்று தோன்றியது. அப்படியான மனநிலை, படிப்பவர்க்குப் புனைவைத் தாண்டி தன்னைப் பொருத்திக்கொள்ளும் அனுபவத்தைத் தரும். அந்த யுக்தி, இந்தப் புனைவில் பால் பேதமில்லாமல் வாசகருக்குப் பலவற்றைக் கொடுக்கிறது.

அப்படிக் காரல்மார்க்ஸின் கதாபாத்திரங்களில் ஆணும் பெண்ணுமாகப் பாலியல் சார்ந்த வேட்கையில் திளைக்கும் பகுதிகளை நம்மோடு பொருத்திக் கொள்ளப் பிரயத்தனம் செய்ய வேண்டியதில்லை, இயல்பாகப் பொருந்திப் போகிறது.

ஒரு புனைவு பொருந்திப் போய்விடுமேயானால் உண்மைக்கு எவ்விதத்திலும் குறைந்ததில்லை. எந்த உண்மைக்கு? தனிமனிதனின் இரகசியச் செயல்பாட்டு உண்மைக்கு.

நாவல், பெண்களின் பெரும் காமத்தை அழகாகப்

பேசுகிறது. காமம், கலவி, காதல் என்ற இயற்கைக்கு நிகரான உயிர்த் தூண்டுதல் மேற்சொன்ன பல கோடுகளைச் சர்வ சாதாரணமாக அழித்துச் சமூகத்தைச் சாதிகளற்ற கட்டமைப்பாக மாற்றும் இடத்தைத் தொட்டுக் காண்பித்துப் பரவலாக நிகழ்ந்துவிட்டிருந்தால், இன்றைய கேடு இருக்கும் இடம் தெரியாமல் போயிருக்கும் என்று அங்கலாய்க்கிறார், காரல்மார்க்ஸ்.

நாவலின் நடு நடுவே கதாசிரியர் புரட்சி பேசுகிறார். அதன் வழியாக, மேலே சொல்லப்பட்ட எல்லாக் கருத்துகளுக்கும் எதிராக தன்னுடைய சிந்தனை இருப்பதாக ஆசிரியர் பதிவு செய்கிறார்.

வட்டாரம் சார்ந்த மொழியின் வளமை நாவலைப் படிக்கச் சுவாரசியம் ஆக்குகிறது. படித்ததும் புதிய அனுபவத்தையும் கொடுக்கிறது. கார்ல்மார்க்சின் ‘தீம்புனல்’ நாவல் ஒவ்வொருவரும் வாசிக்க வேண்டிய ஒன்று.

■

சென்ற ஆண்டு மெட்ராஸ் வானொலிக்கு - 80

மின்னஞ்சலில் கிடைத்ததுதான் இதுவும்.

கோடுகளை நெளிநெளியாக வரைவதற்கும் நேர்க்கோடுகளாக வரைவதற்கும் வரைபவனின் மனநிலையில் வித்தியாசம் இருக்கிறது. கட்டம் போடுவதற்கு வட்டமாக ஒரு வரைகோட்டை இழைக்க முடியாது. தமிழ், மொழிகளில் ஆகச் சிறந்ததுதான் என்பதில் எனக்கு எந்தத் தயக்கமும் இல்லை. மொழியின் பயன்பாடு, தற்காலக் குறியீடு பற்றிய வினா எல்லா மொழியின் மீதும் வருவது போலவே தமிழ் மீதும் வருகிறது.

அறிவியல் சார்ந்த சொற்களை உருவாக்கி இருக்கிறோமா? அதன் தேவை, பயன்பாடு முழுமையடைந்து இருக்கிறதா என்ற கேள்வி தற்கால அரசியல் நிலைப்பாட்டின் மிக முக்கியமான கேள்வியாக எழுந்து நிற்பதைப் பார்க்கிறேன்.

வரிவடிவமற்ற செவிவழிச் செய்திகளைக் கேட்டு வளர்ந்த என் போன்றவர்களுக்கு ஒரு சொல் எவ்வாறான புரிதலை ஏற்படுத்தும் என்பதற்கு என்

அனுபவத்தில் வானொலி நாடகங்களை அதிகம் கேட்டிருக்கிறேன். குரலின் ஏற்ற இறக்கங்களின் வழியே பாவங்களைக் கடத்தும் கலைஞர்கள் வாழ்ந்த நாடு இது.

வானொலி தமிழ்நாட்டில் எண்பது ஆண்டுகளாக இயங்கி வருகிறது. வானொலியின் பயன்பாடு பலவாக இருந்த போதிலும் ஒரு சாமன்யனாக எனக்குப் பல தகவல்களை இன்றளவும் தந்த வண்ணம் இருக்கிறது. விவசாய நிகழ்ச்சிகள், புதினப் பக்கங்கள், செய்திப் பிரிவு, திரையிசைப் பாடல்கள், உரைச் சித்திரம், ஒலிச் சித்திரம், மருத்துவக் குறிப்புகள், வாய்ப்பாட்டு, சங்கீதம், கலை, பண்பாட்டு அடையாளங்கள் போன்ற பலவும் நான் வானொலி வழியே அறிந்து கொண்டிருக்கிறேன். இந்திய தேசக் கட்டுமானத்தின் நம்பிக்கை இன்றளவும் எனக்கு வானொலிதான். 'வானொலி அண்ணா' சிறுவர்களுக்கான நிகழ்ச்சிகளைக் கொடுத்துக் கொண்டிருந்தார். இப்பொழுதும் சிறுவர் நிகழ்ச்சிகள் ஒலிபரப்பாகின்றன.

கடந்த காலங்களில் வானொலி மக்களோடு கடிதத் தொடர்பினை வைத்துக்கொண்டிருந்தது. தற்காலத்தில் வானொலி தொலைபேசி உரையாடலை முன்னெடுத்திருக்கிறது. தமிழ் மொழியின் வளமையை உச்சரிப்பை புனிதவதி, சரோஜ் நாராயணசாமி போன்ற முகம் தெரியாத பலராலும் செழுமையாகப் பயன்படுத்தப்பட்டு இருக்கிறது.

தொடர்ந்து வானொலி கேட்கும் என் போன்றோர் சுதந்தரத்திற்குப் பின் பேரிடர் காலங்களில் இந்திய தேசத்தின் குடியரசுத் தலைவர் அல்லது பிரதம மந்திரிகளின் உரைகளைக் கேட்டு நம்பிக்கை

பெற்றோம். இன்றும்கூட இந்தியப் பிரதமர் நாட்டு மக்களுக்கு 'மனதின் குரல்' நிகழ்ச்சி மூலமாக நம்பிக்கையைக் கொடுக்கிறார்.

வானொலி மட்டுமே நம்பகமான செய்தியைத் தரும் என்ற பிம்பம் மட்டுமே அதற்கான காரணம். ஒரு காலத்தில் நிலையத்திற்கான வித்வான்கள் இருந்தார்கள். இப்பொழுது அறிவிப்பாளர்கள் கூட இல்லாத நிலை வானொலியைத் தொடர்ந்து இயக்குவதில் அரசுக்கு நம்பிக்கையில்லை என்பதைத்தான் காட்டுகிறது. எளிய மக்களின் நம்பிக்கையைப் பெற்ற வானொலி எத்தனையோ மாற்றங்களையும் வளர்ச்சியையும் கண்டுவந்த போதிலும் கலைக்கான இடத்தை முற்றிலும் வானொலியில் இருந்து அகற்றி, வியாபார ரீதியில் வர்த்தக ஒலிபரப்புகளை முன்னெடுத்து வெகுஜன ரசனையான திரைப்படம் சார்ந்த நிகழ்ச்சிகளை மட்டுமே ஒலிபரப்புவது என்பது இந்திய தேசத்தின் பிரதான மந்திரியையும் ராஷ்டரபதியின் மேல் கூட மக்கள் திரைப்பட பிம்பங்களை ஏற்றி நம்பிக்கை அற்றுப் போகச் செய்வதன் அபாயம் இருக்கிறது. வானொலிக்கென்று ஓர் ஒழுங்கு இருந்தது. இன்றைக்கும் அது மோசமாகப் போய்விடவில்லை என்றுதான் நம்புகிறேன்.

தி.ஜானகிராமன், மீ.ப.சோமு போன்ற இலக்கியவாதிகள் பணியாற்றிய இடம் கலைஞர்களை, இலக்கிய கர்த்தாக்களைத் தீவிர மொழிப் பற்றாளர்களை வானொலி போஷித்து வளர்க்க வேண்டிய காலத்தில் அவற்றைக் கைவிடுவதென்பது இந்திய தேசிய ஒருமைப்பாட்டின் கட்டமைப்பில் விரிசல் விழுவதையே காட்டுகிறது.

சாலைப் போக்குவரத்துக்காகப் பல ஆயிரம் கோடிகளைச் செலவிடும் அரசு, மக்களின்

நம்பிக்கையைப் பெற்ற, எளிய மக்களின் அன்றாட வாழ்வில் இரண்டறக் கலந்த வானொலிக்குச் செலவினங்களைக் குறைப்பதை எந்த வகையில் நியாயப்படுத்த முடியும்.

கலைகள் மக்களின் பயன்பாட்டிற்காக என்பது போய் பெருநிறுவனங்களின் திட்டங்களுக்காக என்று மாறியதுபோல வானொலியும் பெருநிறுவனங்களுக்காக அல்லது பெருநிறுவனங்களின் தலைமை அதிகாரிகளுக்கானதாக மாறிப்போய்விட்ட காலத்தில் மனதின் குரல் எந்த வகையில் நம்பிக்கையைப் பெறும் என்ற கேள்வி எழுகிறது. தொடர்ந்து பல்வேறு செய்திகளை ஊடகங்கள் ஒலிஒளிக் காட்சி மூலம் பரப்பிக்கொண்டிருக்கும்போது அதன் சார்புத் தன்மையைச் சரிபார்க்க வானொலி நோக்கி நகர்ந்தால் அங்கே மிகப்பெரிய சுயசார்புச் செய்திகளையே கேட்க முடிகிறது.

எண்பது ஆண்டுகளில் அஞ்சலகங்களை மூடியது போல வானொலியையும் மூடுவதற்கு அல்லது மக்கள் வானொலியைக் கைவிடும்படி முயற்சிக்கிறார்களோ என்ற ஐயம் எழுகிறது. ஒருவேளை நுகர்வுக் கலாச்சாரத்தின் வழி வானொலியையும் பொருள் குவிக்கும் இடமாகக் கண்டறிந்து வைத்திருக்கிறார்களோ என்னவோ!

புரட்சியாளர்கள் பல நாடுகளில் வானொலி நிலையங்களையே கைப்பற்றி இருக்கிறார்கள். இந்திய தேசம் செயலற்றுப்போய் இருப்பது வானொலி சேவை செயலற்றுப் போனதில் அப்பட்டமாகத் தெரிகிறது. சிறு நீர் அல்லது சிறிய நீர் அல்லது சிறிய வகை நீர் என்றெல்லாம் பிரித்துக் கேட்க முடியாத திறனற்றுப் போன மக்கள்

கலை அல்லது காமம் 143

மிகுந்துவிட்டார்கள் என்பது தமிழ்மொழியைக் கேட்டுப் பழகாத மக்கள் அதிகரித்துவிட்டதையே காட்டுகிறது.

இங்கே கேட்பதென்பதைப் பழக்கத்தில் வைத்திருந்த வானொலியின் தோல்விதான் மொழி ஆக்கத்தில் உடனடியாக ஒரு சொல் நினைவுக்கு வராமல் போனதற்கான காரணம் எனச் சொல்லத் தோன்றுகிறது. அச்சு ஊடகங்களில் எத்தனையோ எழுத்துப் பிழைகளை விடுபடல்களை நாம் திருத்தியும், சேர்த்தும், கடந்தும் வாசித்துப் பழகி இருப்பதைப் போலவே வார்த்தைகளைப் பிரித்துக் கேட்கப் பழகியிருந்தோம்.

தற்காலம் சமூக ஊடகங்களுக்கானது. வானொலியும் செயலிகளில் கேட்கும்படியாக வந்துவிட்டது. தினமும் காலை 6 மணியிலிருந்து 9 மணி வரை என் கைபேசியில் செயலியின் மூலமே நான் வானொலி கேட்கிறேன். தொழில்நுட்பத்தின் அடுத்தகட்ட நகர்விற்கு வானொலி நகர்ந்துவிட்டது உண்மைதான். மக்களின் ரசனையிலிருந்தும் விலகிவிடக் கூடாது என்பதே என் கவலை.

சமூக ஊடகங்களில் உலா வருபவர்களுக்கு அவரவர் கருத்துகளின் பரப்புரைதான் நோக்கமாக இருக்க முடியும். வானொலிக்குப் பரப்புரை நோக்கம் அல்ல. தேசத்தின் உண்மைகளை மக்களுக்குச் சொல்லும் கடமையைப் பொறுப்பாகக்கொண்டு செயல்படுகிறது.

ஊடகச் செயற்பாட்டாளர்கள் குழுவாக இயங்கி ஒரு செய்தியை உண்மை போலப் பதிவேற்றினால் அச்செய்தியின் உண்மைத் தன்மையை வானொலி தேச நலன் கருதி விலக்க வேண்டிய கடமையில்

இருக்கிறது. தற்கால இந்தியப் பிரதமர் மக்களோடு பேசுவதற்கு வானொலியைத் தேர்ந்தெடுத்திருக்கிறார்.

எண்பது ஆண்டுகளுக்கும் மேல் இயங்கும் வானொலி பொறுப்புமிக்க நிகழ்ச்சி ஒருங்கிணைப்பாளர்களைக் கொண்டு கிராமியக் கலை வழக்கொழிந்து போன கலாசாரம், இலக்கியம், இசை போன்றவற்றுக்கு முக்கியத்துவம் தந்து இயங்குமேயானால் என் போன்ற சாமானியர்கள் இந்திய தேசியப் பற்றாளர்கள் சுதந்திர இந்தியாவின் விடுதலைச் செய்தியைக் கேட்டதைவிடப் பெரிதும் மகிழ்வோம்.

நடிகையர் திலகம்

மின்னஞ்சலில் எதையோ தேடப் போய், 'நடிகையர் திலகம்' படம் வந்தபோது 2018. எழுதியது கிடைத்தது.

தமிழில் வெளியிடப்படும் மொழிமாற்றுத் திரைப்படங்களுக்கு எப்பொழுதுமே வரவேற்பு இருந்திருக்கிறது. குறிப்பாகத் தெலுங்கிலிருந்து வந்த 'இதயத்தைத் திருடாதே', 'மரோ சரித்திரா', 'சங்கராபரணம்', 'சலங்கை ஒலி'. இதைத் தவிர அதிரடியான சண்டைக் காட்சிகளுக்குப் பெயர்போன அரசியல் படங்களுக்கும் வரவேற்பு உண்டு.

பாரதி, தெலுங்கு மொழியை உயர்வாகத்தான் பேசியிருக்கிறான். தற்கால இந்திய சினிமாவில் தெலுங்குத் திரைப்படங்கள் மிகப்பெரிய உயரத்தை வியாபார ரீதியில் எட்டி இருக்கின்றன. நுட்பமாகப் பார்த்தால் ராம்கோபால் வர்மாவுக்கு முன்பிருந்த கே. விஸ்வநாத், பூர்ண சந்திரராவ் போன்றவர்கள். பின்னர் ராஜமௌலி தெலுங்கு சினிமாவின் போக்கை எதார்த்தவாதம் தாண்டி நிர்ணயித்திருக்கிறார்கள். ஒரு

காலத்தில் இந்திய சினிமா என்பது குருதத், ராஜ் கபூர், சர்மிளா தாகூர் என ஹிந்தி பேசும் நாயக, நாயகிகளையே சுற்றி வந்தபோது வங்காளத் திரைப்படங்கள், தெற்கே மலையாளத் திரைப்படங்கள் உலகின் கவனத்தை இந்திய சினிமாவின் பக்கம் ஈர்த்தன.

தென்னிந்திய திரைப்படங்களில் புட்டண்ணா, பாலசந்தர், பரதன் போன்றவர்களுக்கு ரசிகர்கள் மத்தியிலும் இடமிருந்தது. நடிகைகளில் பானுமதி அம்மா, அஞ்சலிதேவி அம்மா, பத்மினி அம்மா, சரோஜாதேவி, தேவிகா போன்றவர்கள் தென்னிந்தியத் திரைப்படங்களில் கோலோச்சிய காலத்தில் நாம் எதற்காக சாவித்ரியின் காலம் என்று அடையாளப்படுத்துகிறோம்.

சவுகார் ஜானகி திருமணத்திற்குப் பின் நடிக்க வந்தார். வரலட்சுமி, கண்ணம்மா போன்றவர்களை எல்லாம் தாண்டி நாம் சாவித்ரியை நினைவு கூர்வதன் உளவியல் என்ன?

மூன்று வெவ்வேறு பதில்களை நண்பர்கள் சொன்னது, இங்கு என்னுடைய கருத்தாக எதுவும் இல்லை. ஒன்று, திருமணமான பர புருஷனை எற்றுக்கொண்டது. புகழின் உச்சிக்குப் போய் பொருளாதார வீழ்ச்சியைக் கண்டது. தனக்கென எந்தப் புனித பிம்பத்தையும் கட்டமைக்காதது. இருக்கலாம்தான்.

காஞ்சனா, விமானப் பணிப்பெண்ணாக இருந்து, திரைத்துறைக்கு வந்து புகழ் சேர்த்து அன்றாடத் தேவைகளுக்கே சிரமப்படுபவர். இப்படிப் பல பேரை நம்மால் திரைத்துறையில் அடையாளம் காட்ட முடியும்.

இங்கு, 'இருவர்' திரைப்படம் ஒருசில அரசியல் நிகழ்வுகளை அல்லது இரு நண்பர்களின் சாயலைப் பதிவு செய்வது. வேலு நாயக்கரின் கதை என்று சொல்லப்பட்ட நாயகன் ஒருவனின் தன் வரலாறு கூறும் படம்போலத்தான் சாவித்ரிக்குமா?

அபிமானம் மிகுந்தவர் அல்லது தேச பக்தியாளர், சிறந்த நடிகை போன்றவற்றுக்கெல்லாம் பலரையும் உதாரணமாக்கிவிட முடியும் என்றாலும் ஒருவரைப் பிம்பமாக்கி அடையாளப்படுத்த வேறு ஏதோ ஒரு மனநிலை தேவைப்படுகிறது. அதுதான் 'நடிகையர் திலகம்' திரைப்படம் வெளிவரக் காரணமாக இருக்கும் என நம்புகிறேன்.

நெகிழ்வான, காலத்தால் பிந்தைய படங்களுக்கு வரவேற்பு இருக்கும் என்று எடுத்துக்கொண்டால் சுப்ரமணியபுரம், பருத்திவீரன் போன்ற படங்களைச் சொல்லலாம். சமீபத்தில் வந்த மதராசப்பட்டினம், வாகை சூட வா போன்ற படங்களையும் சேர்த்துக்கொள்ளலாம். பாரதிராஜாவின் நாடோடித் தென்றல் இவ்வரிசையில் சேர்க்க வேண்டிய படம்தான். ஒரு ரசிகனாக என்னுடைய கேள்வி சுதந்திரப் போராட்டக் கதைகளான 'கப்பலோட்டிய தமிழன்', 'வீரபாண்டிய கட்டபொம்மன்' போன்ற படங்களும் கல்கியின் 'தியாக பூமி', கருணாநிதியின் 'பூம்புகார்' போன்ற கற்பனை கலந்த சமூக எதார்த்த இதிகாசக் கதைக்களங்களுடன் வந்த படங்களும் ஒப்பீட்டளவில் ஞானராஜ சேகரனின் 'பாரதி', 'மோகமுள்' போன்றவற்றுடன் சேர்த்து அலச வேண்டியவைதானா?

தமிழில் வெளிவந்த 'பெரியார், காமராசர், அம்பேத்கர், காந்தி', போன்ற படங்களை எவ்வாறு

எடுத்துக்கொள்வது. தங்கர் பச்சான் பதிவு செய்திருக்கும் குறிப்பிட்ட சமூகக் கலாச்சாரப் படங்களைப் போலவே பலரும் தங்கள் வட்டாரத்தின் பழக்க வழக்கங்களைச் சமகாலக் கதைகளைப் பதிவு செய்தே வைத்திருக்கிறார்கள்.

இவற்றிலிருந்தெல்லாம் நடிகையர்திலகம் எவ்வகையில் வேறுபடுகிறது என்பதை நண்பர்களோடு பேசிக் கொண்டிருந்தேன்.

ஒரு திரைப்படம் நேரடியாகப் பெயர் குறிப்பிட்டுப் பதிவு செய்யப்பட்டாலும் பொதுவானதாக எடுத்துக் கொள்ளும் வாய்ப்பினைப் பெற்றால் அல்லது மறைமுகமாகப் பதிவு செய்யப்பட்டு அப்படம் இவரைத்தான் அல்லது இந்தச் சம்பவத்தைத்தான் குறிப்பிடுகிறது எனப் புரிந்து கொள்ளப்பட்டாலும் அத்திரைப்படம் ரசிகர்களால் கொண்டாடப்படும்.

அவ்வகையில் ஜெமினிகணேசன் - சாவித்திரி அம்மாள் எனப் பெயரிடப்பட்டாலும் பொழுது போக்குனர்கள் அப்பாத்திரங்களாகத் தங்களை அடையாளப்படுத்திக்கொள்ள ஒவ்வொருவருக்கும் ஏதோ ஒன்று இருப்பதால் இக்கதையானது வெற்றி பெற்றிருக்கலாம்.

ட்ரிக்கி - இவ்வார்த்தைக்கான அனுமானம் சாடை பேசும் பொழுதெல்லாம், யூகத்தில் ஒருவரை அனுமானிக்கவும் நேரடியாகப் பெயர்போடும் பொழுதெல்லாம் அந்நபரைத் தவிர்த்து மற்றவர்களை யூகிக்கவும் இச்சமூகம் பழக்கப்பட்டிருக்கிறது. இவ்வழியில் முன்பு கூறிய கதாநாயகிகளுக்கெல்லாம் தொழில் சினிமாவாகவும், வாழ்க்கை வேறாகவும் இருந்திருக்கிறது. சாவித்திரி அம்மாளுக்கு ஒரு வாழ்க்கையும் அதில் ஒரு தொழிலும் அதுவே

சினிமாவாகவும் இருந்திருக்கிறது. அதுதான் இத்திரைப்படம் வெளிவருவதற்கான கொண்டாடப் பட்டதற்கான மனநிலை.

"முட்டாள் இவன். தேவதை கண்முன்னாடி நின்னாலும் கண்டுபுடிக்க மாட்டான்."

திரைப்படத்தின் இவ்வசனமே திரையுலகின் பெருமாற்றத்தை ஏற்படுத்திய கதாநாயகிகளுள் ஒருவரான சாவித்திரியின் அறிமுகம்.

"தேவதாஸ் பார்வதிய கல்யாணம் பண்ணியிருந்தா நல்லா இருந்திருக்கும், இல்ல?" என்ற கீர்த்தி சுரேஷின் கேள்விக்கு,

"அப்போ அதுல கதையும் ஒண்ணு இருந்திருக்காது. உனக்கு சினிமாவும் இருந்திருக்காது." என்ற பதில்தான் இத்திரைப்படத்தை 'ஏன் உருவாக்கினார்கள்?' என்பதற்கான பதிலாகவும் எனக்குத் தோன்றுகிறது.

ஆசிரியரின் பிற நூல்கள்

நோட்புக் கவிதைகள்

விடம்பனம் (நாவல்)	- காலச்சுவடு பதிப்பகம்
தாளடி (நாவல்)	- தேநீர் பதிப்பகம்
நம்மோடுதான் பேசுகிறார்கள் (கட்டுரை)	- வம்சி பதிப்பகம்
அச்சப்படத் தேவையில்லை (கட்டுரை)	- டிஸ்கவரி புக்பேலஸ்
புனைவு (கட்டுரை)	- தேநீர் பதிப்பகம்
கனவு விடியும் (கட்டுரை)	- தேநீர் பதிப்பகம்